D1680306

பச்சைப் பறவை

பச்சைப் பறவை

கௌதம சித்தார்த்தன்

எதிர் வெளியீடு

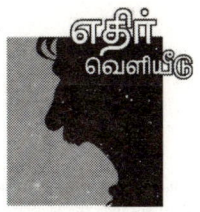

பச்சைப் பறவை

கௌதம சித்தார்த்தன்

முதல் பதிப்பு: ஜனவரி 2016
எதிர்வெளியீடு
96, நியூ ஸ்கீம் ரோடு, பொள்ளாச்சி - 642 002.
தொலைபேசி: 04259 - 226012, 99425 11302.
வடிவமைப்பு: ரவிந்திரன்

விலை: ₹ 130

Pachai Paravai
Gouthama Siddarthan

© Gouthama Siddarthan
First Edition: January 2016
Published by Ethir Veliyedu,
96, New Scheme Road. Pollachi - 642 002.
Phone: 04259 - 226012, 99425 11302.
Email: ethirveliyedu@gmail.com
www.ethirveliyedu.in

Price: ₹ 130

All rights reserved. No part of this book may be reprinted or reproduced or utilised in any form or by any electronic, mechanical or other means, now known or hereafter invented, including photocoping and recording, or in any information storage or retrieval system, without permission in writing from the Publisher.

உடலெங்கும் கதைமொழியைச்
செதுக்கி வைத்திருந்த அம்மாவுக்கும்

குறிசொல்லியின் சிருஷ்டிகரத்தில்
கதைசொல்லியாயிருந்த அய்யாவுக்கும்

கௌதம சித்தார்த்தன்

தமிழ் மொழியின் இன்றைய தேவை அரசியல் மொழி என்று சொல்லும் கௌதம சித்தார்த்தன் முதன்மையான இலக்கிய எழுத்தாளர் மற்றும் மூன்றாம் உலகம் சார்ந்த மாற்றுப் பார்வை கொண்ட பத்திரிகையாளர். கடந்த 20 வருடங்களாக நவீனத்தமிழ் இலக்கிய தளத்தில் கதை, கட்டுரை போன்ற தளங்களில் செயல் பட்டுக் கொண்டிருப்பவர். 1990களில் நவீனத்துவம் மறைந்து பின்நவீனத்துவப் படைப்புகள் உலகளவில் பரபரப்பாகச் செயல்பட்ட தருணத்தில், தமிழ் மொழியின் ஆன்மாவுக்கேற்ற விதமாக பின்நவீனத்துவ எழுத்தை தமிழின் வேர்களைத் தேடும் விதமாக மாற்றி, தமிழ்ச்சிறுகதை தளத்தில் புதுவகை எழுத்து என்னும் ஒருசிந்தனைப் போக்கை உருவாக்கியவர். உன்னதம் என்னும் இதழை துவக்கத்தில் இலக்கிய இதழாக வெளியிட்டு மெல்லமெல்ல சர்வதேச அரசியல் இதழாக மாற்றி நடத்தியவர். (தற்போது இதழ் நின்றுவிட்டது) பலவருடங்களாக இலக்கியச் செயல்பாடுகளிலிருந்து விலகியிருந்த இவர் தற்போது மீண்டும் தீவிரமாக செயல்பட ஆரம்பித்திருக்கிறார்.

பொருளடக்கம்:

1 ஒழிக, உங்கள் துப்பாக்கிகள்	11
2. நுனிமீசையில் திறந்து கொள்ளும் நகைப்பு	20
3. முகம்	28
4. தரிசனம்	40
5. தொப்புள் கொடி	52
6. மண்	62
7. பலிபீடம்	106
8. பச்சைப்பறவை	111
9. வெற்றுவெளி	131

ஒழிக, உங்கள் துப்பாக்கிகள்

அந்த வார்த்தைத் துண்டுகள் ரவிக்குமாரைப் பிளந்து கொண்டு வெளியே வந்து விழுந்திருக்க வேண்டும். "இந்த உலகத்தில் சிரிக்கவே கூடாது; பற்கள் வெளியே தெரியாமல் ஒரு சின்ன புன் முறுவல். அவ்வளவுதான். அதற்குமேல் சிரித் தால் அபாயம்..."

சிரிக்காமல் ஒரு மானுடன் ஜீவிப்பதை நான் கற்பனை செய்து கூடப் பார்க்கவில்லை. எனக்கு சிரிப்பு ரொம்பப் பிடிக்கும். இதயத்திலிருந்து எழும்பி வரும் கலகல ஒலி. சிரிப்பு ஒரு அழ கான விஷயம். சிரிப்பு நிகழும் கணங்களை சிரிப்புக்காகவே அர்ப்பணம் செய்வேன். கண்களில் நீர் துளும்பி நிற்கும் அற்புதமான அனுபவம். ஹாஸ்ய உணர்வுகளுக்கப்பாலும் சக மனிதனின் நெஞ்சில் அன்பு செலுத்தும் ஆத்மார்த்தமான பரிபாஷைதானே சிரிப்பு. சமீப காலங்களில் சிரிப்பை மறந்துதான் போனேன். இதயத்திலிருந்து வெடித்த சிரிப்பு, இன்று வெறும் அதரச் சிணுங்கல்களாக மாறிப் போனது. அப்பாவுடன் கயிற்றுக் கட்டிலில்

படுத்துக்கொண்டு கதைத்த சிரிப்பை ஞாபகப்படுத்தி தோற்றுப் போவேன். எனது புகைப்படங்களில் பதிந்துள்ள சிரிப்பில் உறைந்திருக்கிறது மொக்கவிழும் மலரின் வசீகரத்தோற்றம். தினமும் கண்ணாடி முன் நிற்கும்போதெல்லாம் ஆதிச் சிரிப்பை முயற்சி செய்வேன். வலுக்கிறது உதடுகளின் விகாரம். சிரிப்பை மறந்த ஆப்பிரிக்கக் கறுப்பு எழுத்தாளன், 'சிரிக்கக் கற்றுக் கொடு மகனே' என்று ஓலமிட்ட அவலத்தை புத்தகங்களில் படித்திருக்கிறேன், அப்பா சேமித்து வைத்த பழுப்பு வாசனை வீசும் புத்தகங்கள்.

அவற்றில்தான் அந்தப் பூ கிடைத்தது.

மயிலிறகை புத்தக இடுக்குகளில் வைத்து குட்டி போடுவதற்காய் காத்திருக்கும் இளம் பிராயத்தில்தான் நிகழ்ந்தது அந்த அற்புதம். என் புத்தகங்களில் தோன்றிய துளியூண்டு மயில் குட்டிகளையே பார்த்து அலுத்துப் போயிருந்த ஒரு நாளில் அப்பா தூசி தட்டிக்கொண்டிருந்த புத்தகங்களில் இருந்து பழுப்பு வாசனை கமழ்ந்தது. அந்த நெடிக்குள் ஒரு அபூர்வம் பதுங்கியிருந்தாற்போன்ற உணர்வில், ஒரு மாற்றம் வேண்டி மயிலிறகை அந்தப் புத்தகங்களில் வைத்தேன். வினோதம் நிரம்பிய வளரிளம் பருவத்து எண்ண ஓட்டங்களோடு அடுத்த நாளுக்காய் காத்திருந்து புத்தகங்களைத் திறந்தேன். மயிலிறகையே காணவில்லை; அற்புதம்! மயிலிறகு மயில் குட்டியாக மாறாமல் வேறு ஒரு ஜீவனாக மாறியிருக்கிறது. என் மனமெங்கும் குதிரைகளின் குளம்படி ஓசை ஒலிக்க அரூபத்தைப் பக்கங்கள் தோறும் தேடித் திரிந்தேன். பக்கங்களினூடே காற்று நடுங்கியது. மெல்ல மெல்ல பழுப்பு வாசனை மட்கிப்போய் பரிமள சுகந்தம் ஜிவ்வென்று எகிறியது. எழுத்துக்களுக்கிடையிலிருந்து வண்ணத்துப் பூச்சிகள் ரீங்காரமிட்டுப் பறந்தன. பக்கங்களில் முகிழ்த்திருந்தது பூ.

அப்பா இந்தப் பூவைப் பற்றி நிறையச் சொல்லியிருக்கிறார்.

'ஒரே ஒரு ஊர்லே ஒரே ஒரு ராஜகுமாரன். அவனிடத்தில்தான் அந்தப் பூ இருந்தது... அன்பே வடிவான பூ.' ஆகாயம் எங்கள் மேல் மல்லாந்து கவிந்திருக்க நட்சத்திரங்களினடியில் அப்பாவும் நானும்; ஆகாயத்தில் ராஜகுமாரனும் பூவும். ஏழு கடல் தாண்டி வனாந்திரங்களுக்கப்பாலிருக்கிற தீஞ்சுனையில் உள்ள மலரில்தான் அந்த அரக்கனின் உயிர் இருக்கிறது. அந்த மலரைப்

பறித்து வந்த ராஜகுமாரன், இதழ்களைக் கசக்கிப் பிய்த் தெறியாமல், அதன் மகிமையால் அரக்கனைத் தனது மந்திரியாக மாற்றினான். புஷ்பரூபி என்கிற ராஜகுமாரி பகல் முழுவதும், அன்பு செலுத்தும் மானுடப் பிறவியாக இருப்பாள். இரவில் தடாகத்துத் தாமரையாய் மாறி வண்ணத்துப் பூச்சிகளுடன் சந்திர ஒளியில் நனைந்து கிடப்பாள். திரௌபதியிடம் தனது அன்பைத் தெரிவிக்க பீமன் திண்டாடுகிறான். அசரீரி சொல் கிறது, 'ஓ குந்தி மைந்த... குபேர ஸ்தலத்திலே கதலீவனம் என்றொரு வனமுண்டு. அந்த வனத்திலே சௌகந்திகம் என் றொரு புஷ்பமுண்டு. அன்பால் திரளப்பட்ட அதன் இதழ்களுக்கு உனது சம்சயத்தைத் தெரிவிக்கும் வல்லமை உண்டு...'

புத்தகங்களின் இடுக்குகளில் இருந்தது அன்பால் திரளப்பட்ட சௌகந்திகம். எழுத்துக்கள் கலங்கலாய் நீரில் மூழ்கி மிதக்க, குருவிகள் கொத்திக் கொத்தி இழுத்தன. என் இதயத்தில் பொறுக்க முடியாத வலியெடுத்தது. ரீங்காரமிட்டபடி பட்டாம் பூச்சிகள் மலரைச் சுற்றிச் சுற்றி முத்தமிட, வலி பொறுக்க முடியாமல் பொக்கென வெடித்தது மலர். பதினாயிரங்கோடி வாசனாதி திரவியங்கள் என் மேல் கவிந்தன. 'ஹ்ஹா... இவைதான் எனது கணங்கள்...' அற்புதக் காற்றில் நான் கொஞ்சம் கொஞ்சமாய் கரைந்து கொண்டிருந்தேன். என்மேலெங்கும் பட்டாம் பூச்சிகள் அணைந்து மொய்க்க, என்னுள் உறைந்தது மலர்.

அது மெல்ல மெல்ல என் இதயத்தில் வேர்பிடிக்க ஆரம்பித்தது. அன்பின் ரத்தமும் சதையுமாக அதன் பட்டுப் போன்ற இதழ்கள் திரண்டன. கருணை பொங்கும் அதன் காருண்யம், என் கண் களில் மொட்டவிழ்ந்து கனிவு சொட்டியது. உடம்பு முழுக்க நேசத்தின் வாசனை ஊற்றுக்கண்களாய் திறவுபட்டுக் குபீரிட, முகமெங்கும் மலர்த்திய இதழ்களுடன் அன்பு.

வாழ்வின் உன்னதமே அந்தப் பசும் இதழ்களில் பொதிந் திருப்பது போல பேணிக் காத்தேன். அது என் ஆகிருதியையே புரட்டிப் போட்டுவிட்டாற் போன்ற உணர்வு ஜில்லிட்டோடி ரத்த நாளங்களெங்கும் அதிர்ந்தது. நான் எதிர்கொள்ளும் ஒவ்வொரு ஜீவனிடத்திலும் அதன் இதழ் மொக்குகளை விரித்து வைப்பேன். பொக்கென புதிதாய் மலரும் நேசம்; அன்றலர்ந்த மலர்போல ஒவ்வொரு முறையும் இதழ்களில் மொய்த்திருக்கும் பனிநீரில் ஈரத்துடன் சிரிக்கும் அன்பு; என் முகம் மறைந்து போய் மலர்.

ஆனால் அப்படியும் நடக்குமா?

குந்தி மைந்தன் இன்னல் பட்டுக்கொண்டு வந்து அன்புடன் நீட்டிய சௌகந்திக மலரை திரௌபதி அலட்சியப்படுத்திய காண்டம் என் மேலும் கவிகிறதே... என்னிடமிருந்த அந்த புஷ்பத்தின் அபூர்வத்தை எந்த ஒரு ஜீவனும் பெரிதாகக் கண்டுகொள்ளவில்லை. அந்த அற்புதமான மணம் எவரையும் ஆகர்ஷிக்காமல் போனதை என்னால் துளியும் சகிக்க முடியாமல் போயிற்று.

பூக்களைப் பற்றி உணர்ந்த ஜீவனுக்காய் காத்திருந்த சந்தர்ப் பங்களில் எதிர்ப்பட்டது கவர்ச்சிகரமான பூ. கோட்பாக் கெட்டில் ஒய்யாரமாய் இதழ் மொக்குகள் அலர்ந்திருக்க உட்கார்ந்திருந்தது. எனக்குள் சிலிர்த்தது பனி நீர். அவனிடம் பூக்களைப் பற்றிப் பேசினேன். அவன் தனது கழுத்தை நெரிபடும் டையை நளினத்தோடு தளர்த்தி விட்டுக்கொண்டபோது, சடக்கென அவன் தலை நரியாய் மாறியது. மூக்கின் நுனியில் நிலை தடுமாறும் மூக்குக் கண்ணாடியைச் சரிசெய்துகொண்டே, “அன்புடையீர், பூ வேர் பிடிக்காத இடம் கோட்பாக்கெட்தான்...” என்றது விநயத்துடன். தலைகொய்த பூவின் தண்டுப் பகுதியில் சுரந்த அழுகல் வாசனை வெளியில் படர்ந்தது.

“டேய் நீ சொல்றதெல்லாம் பேசறதுக்கு நல்லாருக்கு. ஆனால் வாழ்க்கைக்கு ஒத்து வராது...” என்று உறுமும் மோட்டார் வாகனத்தின் ஒலியினூடே சொல்லிக் கடுகிப் போனான் நடராஜ். பெட்ரோல் புகை மலரைச் சூழ்ந்து கொண்டது. புகை படர்ந்த நகரத்தில் அந்த மலரின் இதழ்களைப் பிய்த்தெறிந்தும், கசக்கியும், கடித்துத் துப்பவும் ஆரம்பித்தனர்.

ஓரிருவர் தனது வளர்ப்புப் பிராணிகளுடன் அன்பு மலர் களைத் தூவியபடி விளையாடினர். தூவல்களின் கனிவான மொட்டுகளில் மலரும் நேசத்தை ஏன் சக மனிதருக்கு நுகரத் தருவதில்லை? தன்னைத் திருப்பி ஆதிக்கம் செலுத்தக் கூடாது என்கிற சூட்சுமத்தில்தான் மலர்கள் மலர்கின்றனவா?

நான் சிறகுகள் முளைத்தவன் என்றும், யதார்த்த வாழ்வில் மனிதன் மனிதனாக இருக்க முடியாத அவலத்தையும் நிறையப் பேசினான் அருள். ‘லௌகீக வாழ்வில் பூவுக்கு இடமில்லை’ என்றவனை நான் மறுத்துச் சொன்னேன். ‘எல்லாம் சரி, உன் சம்பாத்தியத்தில் இந்த வார்த்தைகளைச் சொல்’ என்றான்.

எனக்குள் சிலீரென ரத்தம் சுண்டியது. என் குடும்பத்தாரின் பிராண்டல். முதலில் இந்த மண்ணின் மதிப்பீடுகளைப் புரிந்து கொள்ள வேண்டுமென்றும், ஒரு வேளையில் சேர்ந்து லோகாயத வாழ்வின் பற்சக்கரங்களில் சக்கரமாய்ப் பொருந்திப் போகும்போதுதான் வாழ்வுக்கும் அன்புக்குமிடையே இருக்கிற நிரப்ப முடியாத இடைவெளியை உணரமுடியுமென்றும் தர்க்கித்தான். 'வாழ்வை — வாழ்வின் எதிர் கொள்ளல்களை அனுபவி, உணர், பிறகு சொல்' என்றான் அருள்.

லௌகீக வாழ்வின் சவால்கள் என்னை அழைத்தன. வேலை நாத்தத்தைப் பற்றி நான் கவிதையெல்லாம் எழுதியிருக்கிறேன். வீதியில் இறங்கினால், கவிதைகள் என்னை எழுத ஆரம்பித்தன. நாற்றம் குடலைப் புரட்டியது. முகம் சப்பழிந்து போக நெரிந்து அனலும் வெக்கையில் பூவின் இதழ்கள் கூம்பிப் போயின. அதன் பச்சையம் சருகாகிப் போய்விடுமோ? ஒரு தனியார் ஏஜென்ஸியில் விற்பனையாளன் வேலை. பில் போட்டுக் கொடுப்பதுடன் சரக்கை கடைகளுக்கு டெலிவரி செய்யும் டூ இன் ஒன் வேலை. பூவின் மலர்த்திய இதழ்கள் ஆரவாரித்துச் சிரித்தன.

விற்பனை ஒரு கலைதான். ஒத்துக் கொள்கிறேன். பருத்த முதலாளியிடம் நயமாக இளித்து சரக்கை விற்கும்போதும், நாசூக்காகக் கெஞ்சி பணத்தைக் கறக்கும் போதும் மூன்று சக்கர டெலிவரி வண்டியின் அடியில் நசுங்கிப் போயிருந்தது பூ.

சிதைந்த இதழ்களைப் பதனப்படுத்தி நிமிர்ந்தபோது, ஆகாயத்தை மறைத்திருந்த பிரம்மாண்டமான இரும்புக்கிராதி என்னை வளைத்திருந்தது. அந்த மில்லில் கணக்காளனாக வேலை பார்த்த நாட்கள் கொடூரம் நிரம்பியவை. வாழ்க்கையின் சகல பரிமாணங்களையும் தரிசித்த அற்புத நாட்கள், கபந்த வாயாய்த் திறந்து நிற்கும் கேட் வாசலில் சோதனை செய்து அனுப்பும் காவலன், எனது பூவை அநாயாசமாக எடுத்து மேஜையின் மேல் விட்டெறிவான். எனது இருதயம் டங்கென்று நொறுங்குபடும். மாலைவரை காத்திருந்து வெளியே வரும்போது அதை வாங்கி இதயத்தில் பத்திரப்படுத்திக் கொள்வேன். நாளாவட்டத்தில் இது ஒரு சடங்காகிப் போய்விட்டது. ஒவ்வொரு சமயம், பூவை சில நாட்கள் வாங்க மறந்திருப்பேன். ஆனால், அநாதரவாய்க் கிடக்கும் அதன் மணம் மட்கிப் போகாமல் பூவின் பிறப்பே அந்த வாசனைதான் என்கிற தாத்பர்யத்தில் கமழ்ந்து கொண்டி

ருந்தது.

ஏன் ஒரு ஜீவனும் அந்தப் பிரியமான வாசனையை சுவாசிக்க முடியாது போயிற்று என்கிற பிரபஞ்ச ரகசியம் மெல்ல மெல்ல அவிழ்ந்தது. அந்த மலரை வைத்திருப்பதே ஒரு அவலத்திற்குரிய விஷயம் என்கிறாற் போன்று சிற்சில சம்பவங்கள் நடந்தேறின. டைப் அடிப்பவன், மில்லில் கண்காணிப்பாளன், வேற்று மொழி மண்ணில் விற்பனைப் பிரதிநிதி என்று தனியார் நிறுவனங்கள் அளித்த ஜீவனோபாய முகங்கள் மாறிக் கொண்டே வந்தன. என் கபாலம் ஒவ்வொரு முறையும் கழன்று உருளும் போதெல்லாம், பூவின் மகரந்தத் துகள்கள் சிகிச்சையளிக்கும். அற்புதங்கள் நிரம்பிய என் ஜீவிதப் பரப்பு முழுமைக்கும் ரத்தக் கலங்கல். மெல்ல மெல்ல நிறம் மாறிக் கொண்டிருந்தது பூ.

பூவின் தண்டுப் பகுதி அழுகிப் போய்விடும் நிலையில், அதை இழந்து போய்விடுவேனோ என்கிற போராட்ட கணங்களில்தான் கிடைத்தது அந்த உன்னதம். கல்வி நெறி போதிக்கும் ஆசிரியர்; புதிய தலைமுறையைத் தோற்றுவிக்கும் நவீன பிரம்மா. கடவுள் எனக்களித்த கொடை. கள்ளங்கபடமற்ற இளம் பிஞ்சுகளின் கைகளில் என் முகம் சந்திரகாந்தியின் சோபையுடன் பனித்தது. சொல்லில் அடைபடா மஹோன்னதமான உலகம் அது; ஒரு மரமோ ஒரு புதரோ ஒரு மலரோ வளர்ந்திராத நிலப்பரப்பு அது. பச்சென்று துடைத்த சிலேட்டுப் பலகையில் நான் எழுத ஆரம்பித்தேன், அந்தப் பூவைப் பற்றி.

அவர்களின் ஈரம் சுரக்கும் கைகளுடன் கைகோர்த்துத் திரிந்தேன். ‘புத்தகங்களில் படிப்பதற்கு ஒன்றுமில்லை... வெளியே படியுங்கள்...’ என்றதும் அவர்களின் கண்களைப் பார்க்க வேண்டுமே... நான் பாடம் நடத்தும்போது பாடத்தை விட்டு அவர்களை வெளியில் அழைத்துச் செல்வேன். பூஞ்சைச் சிறகு களைக் கடைந்து கடைந்து என்னோடு சேர்ந்து பறந்து வரும் அழகில் பிரபஞ்சம் ரம்மியமாய் மிளிரும்.

அன்றும் அப்படித்தான். மூன்றாம் வகுப்பில் ‘நமது பண்டி கைகள்’ என்ற பாடத்தை நடத்திக் கொண்டிருந்தேன். சுவர் கள் மறைந்தன; வகுப்பறை மறைந்தது; பெண்களின் குமிழி யிட்டோடும் சிரிப்பொலி; வெளியெங்கும் வண்ணப் பொடிகள் தூவிய மக்களின் கொண்டாட்டம். பூ ‘ரக்சா’ கயிறாக மாறியிருந்தது. சட்டென ஆகாயத்தில் கனிவு சொட்டும் சந்திரப்

பிறையாக மாற, அதனடியில் ஏந்திய கரங்களில் பனிநீரின் ஈரம். கிறிஸ்துமஸ் தாத்தா பை நிறைய பூக்களைச் சுமந்து கொண்டு வந்தார். 'ஒரு கன்னத்தில் அடித்தால் மறு கன்னத்தைக் காட்டு' என்றது பூ.

சட்டென என் காதுகளில் வெடித்தது அந்த ஆக்ரோஷம். "நிறுத்துங்க சார்.... உங்களைப் போல எங்கப்பாவும் பேசிட்டிருந்த தாலேதான் வீட்டு நெலத்தைக்கூட எங்க பெரியப்பா புடுங் கிட்டார். நாங்க ஒண்ணுக்குப் போறதுக்குக்கூட எடமில்லாம இருக்கோம்..." தன் கைகளில் முளைத்திருந்த முட்களால் திருப்பித் திருப்பி அறைந்தான் அந்த மூன்றாம் வகுப்புப் பையன்.

'ஏலி ஏலி லாமா சபக்தானி'

திடுமென ஒரு பெரும் பிரளயம் என்னை அடித்துக் கொண்டு போனது. பொங்கிப் பெருகிய அந்த நதியின் சுழற்சியில் என் ஆகிருதி புரண்டு புரண்டோடியது. ஜலம் என் உடம்பெங்கும் புகுந்து என்னுள் கலந்தது. அதன் அலை இரைச்சல் காதுகளைச் செவிடாக்க, கபாலம் பாறைகளில் பட்டுப் பிளக்க, மெல்ல நதி யின் பிரவாகம் குறைந்தது. கால்கள் ஆற்று மணலில் புதைந்து நின்றன. நதி மார்பை அளைந்து கொண்டு ஓடியது. மயிர்க் கால்கள் தோறும் விம்மியது வலி. நதியின் ஓசையைத் தவிர எங்கும் அமானுஷ்யம்.

நதியில் மிதந்து வரும் இலைகளின் ஸ்படிகத் துளிகளில் நதி. பாசம் படிந்த படித்துறையில் மீன் குஞ்சுகள் விளையாடின. அதிகாலைக் காற்றின் தலைசீவலில் நதியின் அலை மேடுகள். இன்னும் உடையாத ஒரு நீர்க்குமிழியின் கண்ணாடியில் சூர்யக் கொழுந்து. ஆனந்த லயத்தில் காற்றுக்கூட்டி அதை ஊதுகிறேன். குமிழி பெரிதாகிறது. அது குமிழியல்ல, தலை. சிகை மழிக்கப் பட்ட ஒருவனின் தலை. தீட்சண்யமான அவன் கண்களில் நீரின் ஸ்படிகங்கள் மின்ன, "பூ என்று ஒன்றும் இல்லை.." என்று புன்னகையுடன் சொல்லியவாறு முங்கி முங்கி எழுந்தான். நதி சிரித்தது.

அவனது செய்கையின் தீவிரம் என்னைத் தாக்க நானும் நதியில் மூழ்கினேன்.

நதியின் நீரோட்டம் கண்களில் நிறைந்தது. நீர் நிறைந்தபோது காட்சிகள் மங்கின. பூ மங்கியது. மழிக்கப்பட்ட தலையின்

கௌதம சித்தார்த்தன் | 17

தேஜஸ் மங்கியது. மங்கி மங்கி சர்வமும் இருள். மயில் இறகுகள் சேகரிக்கும் பாலகனாய் மாறிப் போயிருந்தேன். எழுந்தபோது உதட்டின் மேல் கட்டை ரோமம் அடர்ந்திருந்தது. ஒவ்வொரு முறை மூழ்கும் போதும் குழந்தையாக மாறி, எழும்போது பெரியவனாகிவிடுகிற அபூர்வ நிகழ்வு அது. எனக்கும் அந்தப் பாலகனுக்குமான ஜீவ மரணப் போராட்டமாக அந்த முங்கல் இருந்தது. பாலகனின் ஆக்கிரமிப்பிலிருந்து பெரியவனின் மனோநிலைக்கு வருகிற முங்கல் அது.

காலத்தின் கடைசலில் மெல்ல மெல்ல எனது முகம் தோற்றம் உரிந்து போயிற்று. பெரியவனின் முகத்துக்கேயுரிய பிம்பம் அடர்ந்தது. எனக்குள் கமழ்ந்த அபூர்வமான மணம் மட்கிப்போய் உடம்பெங்கும் மருந்து வாசனை அடித்தது. மருந்து விற்பனைப் பிரதிநிதிகளின் காற்றுகூட மருந்து வாசனைதான் அடிக்க வேண்டும் என்பது எங்கள் கம்பெனி விதி. மிகக் குறுகிய காலத்தில் மிகப் பெரிய கம்பெனிகளின் ரத்தின கிரீடங்களையெல்லாம் அணிந்து விட்டேன். என் சிரிப்பு மறைந்தபோது என் குடும்பத்தினர் முகத்தில் புன்சிரிப்பு. அவ்வப்போது புரட்டும் செய்தித்தாள்களிலும், பத்திரிகை களிலும் பூ அலங்கோலமாய் குற்றுயிரும் குலையுயிருமாய் சிதைந்து போய்க்கிடக்கும். அதன் மேல் சிகரெட் வளையங்களை ஊதியபடி அசுவாரஸ்யமாய் பக்கங்களைப் புரட்டிவிடுவேன். என்னிடம் ஒரு அபூர்வ வஸ்து இருப்பதைச் சுத்தமாக மறந்தே போனேன். (தேவையில்லாத விஷயங்களை மறப்பதற்கு எங்கள் கம்பெனியில் மாத்திரைகள் உள்ளன.)

அன்றைக்கு வியாபார நிமித்தம் ஒரு மெடிக்கல் ஏஜென்ஸிக்குப் போயிருந்தேன். வேலை கொஞ்சம் தாமதமாகும் என்று தெரிந் ததும் வெளியே சென்று ஒரு சிகரெட் பிடித்து வரலாம் என்று நினைத்தேன். எதிரில் கடல் அழைத்தது.

கடற்கரை மணலில் ஷுக்கள் பதியப் பதிய நடந்தேன். எனது காலடிச் சுவடுகளுக்குப் பதிலாய் காலணிகளின் தாரைகள். அந்தக் கோடுகளின் அழகில் மனசைப் பறிகொடுத்து நடந்து நடந்து கால்கள் வலிக்க உட்கார்ந்தேன். ஈர மணலின் குளிர்ச்சி ஆசுவாசப்படுத்தியது.

மனித வாசனையற்ற தனிமையில் கடல் காற்று உறுமியது. சமுத்திரத்தின் எல்லையற்ற கோஷம் வெளி முழுவதும் எதி

ரொலித்தது. கடலலை மேல் கடலலை. கழுத்துப் பட்டையைத் தளர்த்திவிட்டவாறே விச்ராந்தியாய் சாய்ந்தேன். காலடியில் உறைந்தது கடல்.

அப்பொழுதுதான் தென்பட்டது அந்த அமானுஷ்யம். குழந்தை ஒன்று தனது பிஞ்சுக்கால்கள் மணலில் பதியப் பதிய துரத்திக் கொண்டு வந்தது வண்ணத்துப் பூச்சியை. தளிர்க் கரங்களுக்கு போக்கு காட்டியவாறு விளையாடித் திரிந்தது வண்ணத்துப் பூச்சி. களங்கமற்ற அந்தக் குழந்தையின் முகம் எனக்குள் எல்லையற்ற விகாசமாய் விரிந்தது. அந்தக் குழந்தை என் அருகாமையில் வந்து அதைப் பிடிக்க, அது பதறியோட... அந்தக் காட்சி ஒரு தலை சிறந்த சிருஷ்டி.

நான் சடக்கென எழுந்து குழந்தையின் அருகில் போனேன். வண்ணத்துப் பூச்சியை நழுவவிட்ட ஏமாற்றத்தில் அதனுடைய அற்புதமான முகம் சோபையிழந்து போயிற்று. 'கடவுளே, ஒரு பூ போன்ற இந்தக் குழந்தையின் ஏமாற்றத்தைப் போக்குவது எங்ஙனம்? இதன் முகம் மறுபடியும் மலராதா..?'

அந்தக் கணத்தில்தான் என் ஞாபகத் திவலைகள் வெடித்தன. எனக்குள் பேணுவாரற்றுக் கிடக்கும் அபூர்வ மலர். 'கடவுளே... அந்தப் பூ இந்தக் குழந்தையிடம்தான் இருக்க வேண்டும். இதனு டைய இதயத்தில்தான் வேர் பிடிக்க வேண்டும்...' பரபரப்புடன் அதைத் தேடி எடுத்தேன், அற்புதம்! அந்தப் பூ ஒரு கறுப்பு நிறத் துப்பாக்கியாக மாறியிருந்தது. நான் பிரமித்துப் போய் நின்றேன். அதன் வசீகர குணம் உள்ளங்கையில் ஊடுருவ, கரங்கள் இறுகின. குழந்தையை நோக்கி உயர்த்தி நளினமாக அதன் விசையைச் சுண்டினேன்.

(நவம்பர் 1993. நன்றி:உன்னதம்)

நுனி மீசையில் திறந்து கொள்ளும் நகைப்பு

முடிவற்று நீளமாக ஓடிக் கொண்டிருக்கும் ரயிலில் உட்கார்ந்திருந்தவனின் முகத்தில் அடித்தது மழை. ஜன்னலுக்கு வெளியே விரையும் இருளில் மழைத்தாரைகள் ஒழுக, அந்தப் பெட்டியில் அவ்வளவாய்க் கூட்டமில்லை. குளிரின் வசவசப்பு கன்னத்தை நிமிண்ட, அவன் ஆசுவாசமாய் இருக்கையில் சாய்ந்து கண்களை மூடினான்.

கண்களுக்கு மேலே திரைந்திருந்த காலத்தின் நினைவுகளிலிருந்து எழுகிறது அந்த முகம். அவனது கனவுகளின் அற்புதத்தில் முடிவற்றுச் சுழலும் முகம். ஆனால், இந்த முகம் இப்போது எப்படியிருக்கும்? குழந்தைமை கவிந்த முகத்தின் பச்சை நரம்புகள் நிறம் மாறிப் போயிருக்கும். முயல் குட்டியின் காதுகளாய் அசையும் சடைப் பின்னல்கள் ஒற்றைக் கருநாகமாய் தலையிலிருந்து இறங்குமோ? கண் சிமிட்டல்களின் படபடப்பில் நாணம் கனிந்திருக்கும். இளம் பருவத்துத் தோழி, எது மாறிப் போயிருந்தாலும் உன் நித்யத்துவமான

முகம் மட்டும் மாறுவதற்கில்லை...

மேலும் கீழும் அசைகிறது மாட்டுவண்டியின் நுகத்தடி. அதன் இருபக்க முனைகளிலும் அவனும் அவளும் உட்கார்ந்திருக்க ‘ஏத்தலாந்தொட்டி’ விளையாட்டு ஆரம்பமாகிறது. சிறுவன் கீழே போக, மேலே வருகிறாள் சிறுமி. அவன் மேலே வர, அவள் கீழே...

ஏலேலாந்தொட்டி ஏத்தலாந்தொட்டி

ஏலேலாந்தொட்டி எறக்கலாந்தொட்டி

எம்பக்கம் ஒசந்தா எம்பொழுது ஓடுது

உம்பக்கம் ஒசந்தா உம்பொழுது ஓடுது....

அவன் திரும்பிக் கொண்டிருந்தான், அவனது இளம் பிராயத் திற்கும், பால்யகாலத் தோழியின் விளையாட்டிற்கும் மற்றும் ஒளிந்து திரியும் எழுத்துக்களுக்கும்.

வேலியோரப் படப்புகளில் சுளித்தோடுகிறது செம்பகக் கொடி. அதன் பச்சைக் சாறு பொங்கும் மாயமையின் வினோதம் அவன் பிஞ்சுக் கரங்களைக் கொத்துகிறது. கைகளை எட்டிப்போட்டு அந்தக் கொழுந்தைக் கிள்ளியெடுக்க, பச்சை நரம்புகளில் துளிர்க்கிறது ஈரமுத்து. சிந்தாமல் எடுத்து அந்தச் சிறுமியின் கையில் எழுதுகிறான் அவன். சற்றைக்கெல்லாம் சூட்சுமமாய் மறைந்து போகிறது ஈரச்சாற்றின் தடயம். அவன் குமிழியிடும் உற்சாகத்துடன் தனது எச்சிலைத் தொட்டு, எழுதிய அவள் கையின் மேல் துடைத்தால் பளிச்சென்று புலப்படும், ரகசிய எழுத்துக்கள்.

இத்தனை வருட கால இடைவெளியின் நீட்சியில் தன்னை அவள் மறந்திருப்பாளோ? மழை வழியும் இருளில் துளிர்த்த மின்னற்கோடுகள் அவன் முகத்தைக் கிழித்தன. கண்களில் வழிந்தது ரகசிய எழுத்துக்களின் ஆனந்தம். இன்னும் அந்த செம்பகக் கொடிச் சாற்றின் வீரியம் இருக்குமா?

அவனுக்கு எதிரில் அமர்ந்திருந்த கிழவியின் வறட்டு இருமல் ரயில் சத்தத்தையும் மீறி ஒலித்தது. முகத்தின் தாடை நரம்புகள் வெடிக்க கண்களில் நீர் கோர்த்துக் கொள்ள, அது ஒரு தொடர்ச்சியான இருமல். தொண்டைக்குள் தகரம் தேய்ந்து

உராயும் ஓசையை ஜன்னல் வழியாக வெளியே துப்பிவிட்டு அவனைப் பார்த்தாள். தும்பைப் பூவாய் நரைத்த சிகை ரயிலின் காற்றலைக்கு ஏற்ப படபடத்து அசைந்தது. வயோதிகத்தின் விலக்க முடியாத போர்வையை அணிந்திருப்பவள்போல தனது இருண்ட துவாலையை நெகிழ விட்டுக்கொண்டு புன்முறுவல் பூத்தாள் முதியவள்.

முதுமையின் குறுக்குவெட்டுத் தோற்றத்தில் அம்மாவின் முகம் செதில் செதிலாக உதிர்கிறது. பிரம்மாண்டமான மதிற் சுவர்களின் இடுக்குகளில் மாட்டிக்கொண்டது அவளின் நிழல். வயதின் முதிர்ச்சி அவளைக் கவ்விக் குதறுகையில் வியாதியைப் போல சிரித்துக் கொண்டிருக்கிறார் அப்பா. அவரது கருத்த நுனி மீசையில் திறந்து கொள்ளும் நகைப்பு, நுகத்தடியின் வினோதமான ஆட்டத்தில் க்றீச்சிடுகிறது. அது ஒரு விந்தையான தாலாட்டு. காலுக்குக் கீழே விலகிப் போகிறது நிலம். அந்தர வெளியில் அசைகிறது உடல். மௌனத்தை உடைத்துக் கொண்டு உயர எழும்புகிறது காற்று. ஆகாசமும் பூமியும் மாறி மாறிக் கண்களில் நிறைகின்றன. நிகழ்காலமும் இறந்த காலமும் அசைந்து அசைந்து காட்சிகள் மறைந்து, காலத்தின் நடுவே அவர்கள் வீற்றிருந்த அற்புதம் ஆடிக் கொண்டிருக்கிறது.

அவன் கால்களில் உறுத்தியது ரயிலின் குலுங்கல். தடக் தடக் ஓசை இருப்புக் கொள்ளாமல் உடம்பெங்கும் அனத்தியது. மின் விசிறியில் அலைவுபட்ட கூதல் காற்றின் மணம் அவனுக்குள் விறைக்க புகை பிடிப்பது குறித்து யோசித்தான். எதிர் இருக் கையின் மடியில் அமர்ந்திருந்த குழந்தை கைகளை நீட்டிச் சிரித்தது. கண்களின் பிஞ்சுக் குவடுகளில் சிந்திய அழகு ரம்மிய மான சுவாசத்தைப் பரப்பியது அவனுக்குள். அவன் பார்த்துக் கொண்டிருக்கும்போதே கைகளை நீட்டி அவன்மேல் சரிந்தது குழந்தை. கண்ணாடி வளையல்களின் கிணுகிணுப்பில் சட்டென அவளைத் தூக்கியபோது உடம்பெங்கும் கிளும்பல் அதிர்ந்தது. குழந்தையின் செய்கையில் பெற்றோர் சற்றே பதறி ஆசுவாசமாய் சிரித்தனர். "யாரிடமும் கூச்சமில்லாமல் வந்திடுவா தம்பி..." புன்முறுவலித்தார் அவர். குழந்தை அவன் முகமெங்கும் அளைந்து தாவிச் சிரிக்க, அவளது கண்களின் பச்சை வெட்டில் அகப்பட்டுக் கிடந்தபோது, சிறுநீர் கழித்திருந்தது குழந்தை. "அடடா.. ஸாரி...ஸாரி..." பதற்றத்துடன் குழந்தையை தூக்கிக் கொண்டவர், துடைத்துக் கொள்ளத் துண்டை நீட்டினார். மறுப்புடன் தலையை அசைத்து தன்னுடைய கைக்குட்டையை

உபயோகித்தான். தொடைகளில் சில்லென்ற ஈரம் பரவி வெளி யில் அலைந்தது.

காலம், ஒரு பறவையின் சாகசத்துடன் பறந்து போன வருடங் கள்... ஞாபக அடுக்குகளில் மிதக்கும் ஒரு குமிழி உடைய, ஆற்று மணல் அவள் கால் தொடைகளில் வழிகிறது. நாலடி தூரத்திற்கு குமியாய் அணைத்துக் கட்டுகிறாள். ரயில்போல மணற்பொதி. 'முச்சு முச்சுக் கல்லு, முனகாத கல்லு, எதிராளி வந்தா ஏச்சு நிக்கற கல்லு' என்று ராகம் பாடிக்கொண்டே அணைத்த மணலுக்குள் சின்னக் கல் ஒன்றை மறைத்து வைக்கிறாள். "ம், காட்டு." அவன் இரண்டு கைகளையும் கோர்த்து மணற் பொதியின் நடுவில் பதிக்கிறான். "ஹ்ஹஹா,... ஏமாந்துட்டே.." மணற்பொதியின் ஓரத்திலிருந்து கல்லை எடுக்கிறாள். ஆற்றோரத்தின் பனைமர வரிசையில் தொங்கும் தூக்கணாங் குருவிக் கூடுகளில் படுத்துத் தூங்க வேண்டும் என்று சொன்னாள் அவள். அவனுக்குச் சிரிப்பு வந்துவிட்டது. உடனே அவளது முகம் ஒரேயடியாய் கூம்பிப்போய் சாரமிழந்துவிட, அவன் அவளை எவ்வளவோ தேற்றிப் பார்த்தான். செய்வதறியாது திகைத்து நின்றவனின் கண்களில் சட்டென அற்புதம் சமைந்தது. அவளை முதுகில் ஏற்றிக் கொண்டு தனது கைகளை ரெக்கைகளாக்கி கடைந்து கடைந்து மேல் நோக்கி எம்ப, சற்றைக்கெல்லாம் அவனும் அவளும் துளியூண்டாக மாறி தூக்கணாங் கூட்டில் முயங்கிக் கொண்டிருந்த கணங்கள்...

முழங்கால் சிராய்ப்புத் தழும்பு மறைந்திருக்குமில்லையா?

எத்தனை விளையாட்டுக்கள் விளையாடியிருந்தாலும் நுகத்தடி யின் மாயாஜால ஆட்டம் மட்டும் அவனது ரத்த ஓட்டத்தில் ஒரு உடையாத குமிழியாக மிதந்து கொண்டேயிருக்கிறது. இருக்கை அசையும்போது காட்சிகள் மாறுகின்றன. கண்களில் அகப்பட்ட உலகம் விலகிப் போய் பிரம்மாண்டமான வெளி விரிகிறது. தலைக்கு மேலே உறையும் காலம், காலடியில் நதி நீராய் சுழித்தோடுகிறது. ஒரு முனையில் வெயிலின் நினைவுகள் சுரீலெனக் கவ்வி இழுக்க, மறுமுனையில் படர்கிறது இருளின் மந்தாரம். அவனது இருக்கை முனை மேலே வரவர அவனுக்குள் மாறுதல் நிகழ்வதை உணர்கிறான். அந்தரத்தில் உயர்ந்திருந்தபோது பெரியவனாகிப் போயிருந்தான். சட்டென அவனது முனைதாழ, எதிர்முனை உயர்ந்து கொண்டே வந்தது. சிறுமியாக இருந்தவளின் முகத்தில் பருக்கள் வெடித்தன.

கீழே இறங்கும்போது சிறுவனாகவும், மேலே எழும்பும்போது பெரியவனாகவும் மாறிப்போகிற விசித்திரமான விளையாட்டு அது. அவளுக்கும் அவனுக்குமான காலங்காலமான தன் முனைப்புப் போராட்டம் அது.

அவளுக்குக் கல்யாணம் ஆகியிருக்குமோ?

ரயிலின் கூவல் மண்டைக்குள் நாராசமாய்ப் பாய்ந்தது. பதட்டத்தின் உச்ச வேகத்தில் கசியும் வேர்வை நாற்றம் அவனுக்குள் புழுங்கியது. கற்பனையில்கூட நினைக்க முடியாத இந்தச் சித்திரவதையின் வெம்மை அவ்வப்போது உயிரைப் பிடுங்கித் தின்னும். இறையுணர்வின் அடி நாதமாய் வாய்விட்டு அரற்றுவான் சமயத்தில். சீறித் தணிகிற மூச்சுக் காற்றின் உஷ்ணத்தில் கால்களில் குமைச்சல் ஊறியதில் எழுந்து கத வருகில் நடந்து போய் கதவைத் திறந்தான். ஈரங்காய்ந்த குளிர் சரேலென அவனைத் தாக்கியது. சிகரெட்டின் ஆசுவாசமான புகை வளையங்கள் வெதுவெதுப்புடன் கரைந்தோடின. திகைக்கும் கால்களின் அந்தர நடையை, வெளியே மினுக்கிட்டான் பூச்சிகள் ஊரும் இருள் துழாவிக் கொண்டிருந்ததை உணர்ந்தான்.

கல்மிஷமில்லாத பிஞ்சுப் பருவத்தின் நட்பு, இப்போது முகத்தைப் பிளந்து அரும்பியுள்ள இளம் ரோமத்தின் கூர்மையை எதிர்கொள்ளப் போகிறது.

அவளைப் பார்த்ததும் என்ன பேசுவது என்று வார்த்தை களைத் தேடி அலைந்தான். காலங்காலமான தேடலில் மலினமான வரிவடிவங்களும் மொழி வடிவங்களும் முகமெங்கும் மொய்க்கின்றன. அவைகளைக் கலைத்தெறிந்து அந்த உன்னதமான வடிவமற்ற வடிவத்தை யோசிக்கிறான். தங்களைப் பிணைக்கும் உறவின் வேர்களிலிருந்து முகிழ்க்கிறது அந்த வடிவம். அவனது யௌவனத்தை அரித்துத் தின்றுகொண்டிருக்கும் காலத்தின் பக்கங்களிலிருந்து எழுகிறது அந்த உன்னதம்.

அப்பாவுக்குத் திடீரென நகரத்தில் வேலை மாற்றம் கிடைத்து புலம் பெயர்ந்தபோது, அவனது ஏத்தலாந்தொட்டி உயரப் போய்க் கொண்டேயிருந்தது. கிராமத்து மண்ணும் பச்சை வயல் அழகும் பால்ய சிநேகிதியும் புல்லாங்குழலும் நெடுந்தூரம் போய்விட்டார்கள். புல்லாங்குழலின் எரியூட்டப்பட்ட ஸ்வர வரிசையோடும் அவளது நினைவுகளோடும் முடிவுறாத

ஆற்றாமையோடும் போராடிக் கொண்டிருந்த அவனை, அவளிடம் கொண்டு போய்ச் சேர்க்கும் வழியை வார்த்தைக் கூட்டம் அமைத்துத் தந்ததை உணர்ந்தான். அவளின் அற்புதத்தை தரிசிக்க அவளை அழைத்துச் செல்லும் மானசீகப் பயணம் அது. கைகளில் அவிழ்கின்றன வார்த்தைகள். கவிதையாக, குறிப்புகளாக, ஓவியக் கிறுக்கல்களாக அலையோடி வருகிறாள் அவள்.

பெட்டி முழுக்கத் தூங்கி வழிந்து கொண்டிருந்தது தூக்கம். வெளியே மழைவிட்டிருந்த வானம் துலாம்பரமாய்த் தெரிந்தது. ரயிலின் ஓட்டம் ஒரு முடிவுக்கு வந்து கொண்டிருப்பதை அவனது உடம்பின் விறுவிறுப்பில் உணர முடிந்தது. கட்டுக் கடங்காத நினைவோட்டத்தின் நீட்டம் சிரசு முழுக்க வெட்டி வெட்டிக் கிளைத்தது. மணிக்கட்டை உயர்த்தி நேரம் பார்த்தான். காலத்தின் சவால் போல நெளிந்து நெளிந்து ஓடியது ரயில்.

அவனது பிஞ்சுக் கண்கள் முழுக்க புதிய ஊர் புதிய மனிதர்கள் புதிய காட்சிகள். காலத்தின் அடர்த்தியில் எல்லாமே சரிகின்றன. வளரிளம் பருவத்தின் அபூர்வம் நிரம்பிய நாட்களில் அவன் கண்டான், தனது கண்களின் ஓரத்தில் அவளின் நினைவுகள் கூடுகட்டிக் கொண்டிருப்பதை; மேலும் கண்டான், தான் ஒரு பெரும் பள்ளத்தில் வீழந்து கிடப்பதையும். வாழ்க்கைக்கும் தனக்கும் இடையே உள்ள இடைவெளியை நிரப்புவது அவளாகத் தானிருக்க முடியும் என்பதை உணர்ந்தபோது கண்களில் தொங்கின தூக்கணாங்கூடுகள். அவளுக்கும் அவனுக்குமான தாத்பரியத்தின் முடிச்சு பெரியவனாக ஆக இறுகிக்கொண்டே வந்தது. அவன் நண்பர்களுக்கு எழுதும் கடிதத்தில் அவளைப் பற்றி இரண்டு பக்கம் நாசூக்காய் விசாரித்தான். வந்தது ஒற்றை வரி பதில், ‘அவர்கள் குடும்பத்தோடு வேறு ஊருக்குப் போய்விட்டார்கள்...’

ஒளிந்து கண்டுபிடிக்கும் சுவாரஸ்யமான விளையாட்டு விளையாடும் சின்ன... சிறுவனாக மாறிப்போனான் சட்டென்று. ஒளி விளையாட்டின் சாகசங்களும் நுணுக்கங்களும் அவன் உள்ளங்கைக்குள் ஊடுருவ, ஏழு சமுத்திரம் தாண்டி வனம் வனாந்திரங்களுக்குப்பால் உள்ள புஷ்பராகப் பொய்கையில் எல்லாம் அலைந்து திரிந்தான். ஒளி விளையாட்டில் அவன் ஒரு நாளும் தோற்றதில்லை. அவளது இருப்பிடத்தைக் குறிப்பிட்டு எழுதியிருந்த ஒரு நண்பன், ‘எதற்காக விசாரிக்கிறாய்?’ என்று

புருவத்தை உயர்த்தியிருந்தான்.

அதிகாலையைக் கிழித்துக் கொண்டு ஓடிய ரயிலின் இயக்கம் தேய்ந்து ஊர்ந்தது. கால்கள் பதற்றத்துடன் வெளியை நோக்கித் தாவ, ரயில் கண்ணியிலிருந்து விடுபட்ட அவனது கால் களில் புது ரத்தம் புரண்டு புரண்டு ஓடியது. பாதங்களின் ஒவ்வொரு எட்டிலும் கால்த்தசைகள் விம்மின. இதுவரை அனுபவித்தறியாத உணர்ச்சிப் பிரவாகத்தின் அலைமேடுகள். எண்ண ஓட்டங்களின் ஆனந்தக்களி அவன் கால்களெங்கும் லயித்தது. எலும்புகள் உடைய நரம்புகள் புடைக்க பாதங்கள் பற்றியெரிய, ரயிலின் பிரம்மாண்டமான சக்கரங்கள் கால்களில் பிளந்தன. அவனுக்குள் என்ஜின் உறுமியது. குறுக்கும் நெடுக்கும் வெட்டப்பட்ட பாதைகள் திகைப்புடன் பின்னோக்கி ஓடின.

ஒரு வழியாய் வீட்டைக் கண்டுபிடித்தபோது அவனை ஒரு அமானுஷ்யமான அமைதி கப்பிக் கொண்டது. படிக்கட்டுகளில் உயர்ந்து கதவைத் தொட்டான். மின்சாரம் பாய்ந்திருந்த ஒரு இஸ்திரிப் பெட்டியின் தொடுகையில் நிலை தடுமாற கால்கள் பின்ன தலை கும்மென்று வலித்தது. கதவின் வலிமையான அரண்கள் பிரம்மாண்டமாய் அவன் முன் உயர்ந்து நிற்க, மறுபடியும் கதவைத் தொடும்போது கைவிரல்களின் நடுக்கத்தில் கதவு அதிர்ந்தது. உள்ளே ஒலித்த பேச்சுக் குரலில் பெண்மை. 'ஹ்ஹோ... இதோ... இதோ...!' காலங்காலமாய் சேகரித்து வைத் திருந்த வடிவம் மேலும் கீழுமாய் ஓடிக்களிக்க, ரத்த ஓட்டத்தில் மிதந்து கொண்டிருந்த ஒரு குமிழி உடைந்தது.

உயர்ந்திருந்த நுகத்தடியின் ஒரு முனையில் உருமாறிக் கொண்டிருந்தாள் அவள். அந்தரத்தில் அசைகிறது கால விளை யாட்டு. அவள் காலாடப்பட்டு நீர்த்துளிகள் அலையோடும் நீர் நிலை அசைந்த போது தாழ்ந்து, வண்டல் திணிந்த மணற்பாலை தொடுகையில் பின்னோடி, வனப்பு மிகு மருதத்தின் உயர்ந்த கொம்புகளில் தாவி, காலவெளியின் பரிமாணம் சுழன்றடித் தேகுகிறது. ஆழமான மடுவில் துடும் என்று ஒலிப்பக் குதித்து அவள் முனை மூழ்கிக் கொண்டே போக, அந்தரத்தில் அசையும் மறுமுனையில் தனது பலமனைத்தையும் ஒன்று திரட்டி அழுத்து கிறான் அவன். கதவு திறவுபடுகிறது.

நித்யத்துவம் கவிந்த அதே முகம். வாழ்வின் அர்த்தம் பூரணத்து வமடைந்துவிட்ட உன்னத கணங்கள் அவன் உடம்பெங்கும்

ஒளிர்ந்தன. தனது ஜீவித ரகசியத்தை மறைத்து வைத்திருக்கும் உள்முகம் நோக்கி ஓடினான். கன்னக் கதுப்புகளில் தொங்கிக் கொண்டிருந்த காலம் ஒரு பெரிய சிலந்திப் பூச்சியாக அசைந்தது. மூப்பின் வஞ்சகப்பிடி திகைத்து நிற்க, கடவுளே... எதிரே நின்றிருக்கும் முதுமை கண்களைச் சுருக்கிப் பார்க்கிறது. ஆரவாரித்தெழுந்த கடலலைகள் சரேலெனத் தாவி அவன் காலடி மணலைக் கவ்வியிழுத்த கணத்தில் கீழே கீழேயென்று விழுந்து கொண்டிருந்தான்.

ரயிலின் காற்றலையில் தகரம் தேய்ந்து உராயும் வறட்டோசை. கிழத்துவம் எய்திய உடல் விலகி தொடைகளில் சில்லென்ற ஈரம் பரவும் கண்ணாடி வளையல்களில் குளுமை. ரயிலின் குலுங் கலில் பழங்கதவு அசைந்தோடி விலக நரையோடி கறுப்பை அழித்திருந்த சிகையில் முயல் குட்டியின் காதுமடல்கள் விரிந்தன. அவன் மேல் சரிந்து விழுந்த பிஞ்சு விரல்களின் ஸ்பரிசம் ரோமக் கண்களை நீவியதில், கூர்மங்கிய கண்களின் கண்ணாடிச் சட்டகங்களில் விழுந்து அழுந்தினான். இடுப்பின் சுருக்கம் விழுந்த முதிர்ந்த மடிப்புகளைக் கொத்தித் தின்று கொண்டிருந்த வெயிலின் நிழல் என்றைக்கும் ஒருக்களித்துச் சாயும் அசைவில், ரயிலின் குலுங்கலுக்கேற்ப தளர்ந்து தொய்ந்து போன முலைகளின் நடுக்கம். சட்டென, வெயில்படாத அவனது நுனி மீசையில் திறந்து கொண்டது நகைப்பு.

அவனது காலடிச் சத்தம் திரும்பி ஒலிக்க, மற்றொரு தெருவில் அதே சத்தத்தை அவன் கேட்க, தூரத்து ரயிலின் சங்கொலி காலங்களற்று அழைத்தது.

(மே ஆகஸ்டு 1995. நன்றி: இந்தியா டுடே)

முகம்

அதை அற்புதம் என்று சொல்வதா அல்லது கொடூரம் என்று சொல்வதா என்று தெரியவில்லை.

இன்று காலையில்தான் அது நிகழ்ந்தது.

காலையில் எழுந்து மனைவி கொடுத்த பெட் காஃபியை சுவைத்தவாறே பேப்பரை மேய்ந்தேன். சிறுநீர் அடக்கிய அடிவயிற்றின் கனத்தோடு பேப்பர் படிப்பது ஒருவித ரம்மியமான விஷயம். சற்றைக்கெல்லாம் மடிப்புக் கலையாமல் விட்டெறிந்து விட்டு எழுந்து பாத்ரூம் போனேன். சிறுநீர் லெட்பேஸினில் சிதறும் அழகை ரசித்துக் கொண்டே தலையைத் திருப்ப, எதிர்ப்பட்டது சுவரில் அறைந்திருந்த கண்ணாடி. கலைந்த கேசத்தை மெல்லக் கோதியவாறே கண்ணாடியில் பார்த்தேன்.

மைகாட்.....

அதிர்ச்சியில் சிறுநீர் உறைந்து நின்று போனது.

கண்கள் படபடவென்று அடித்துக் கொண்டன... அல்லது அடித்தது மார்புதானோ?

சட்டென கண்ணாடியிருந்த திக்கில் பக்கத்தில் போய் கண்ணாடியைப் பார்த்தேன். சந்தேகமேயில்லை. கடவுளே... என் முகத்தைக் காணவில்லை.

ஒருகணம் உடம்பின் சகல இயக்கங்களும் ஸ்தம்பித்து விட்டன. சூலுற்ற பனிக் கதிரை எலும்புக்குருத்தெங்கும் சொருகியது போல உடம்பெங்கும் ஒரு விரீல் அடரத் துவங்கியது. சட்டென என்னை நானே, முகத்தை, உடம்பை, கைகால்களையெல்லாம் தடவிப் பார்த்துக்கொண்டேன்.எல்லாம் அப்படியேதானிருந்தன. நெவர்... பொறு பொறு, சுத்தமான பிரமைதான். தூங்குமூஞ்சி மடையா, சரியாகப் பார். ஏனிப்படி பயப்படுகிறாய்? பதட்டப்படாமல் நின்று நிதானித்து சரியாகப் பார். தூக்கக் கலக்கத்திலிருந்த கண்களை கசக்கி விட்டுக்கொண்டு பார்த்தேன். ம்ஹூம், பயம் முன்னை விடவும் பல மடங்கு அதிகரிக்க, உடம்பெங்கும் புடைத்திருந்த உணர்வு நரம்புகள் சுண்டிச் சுண்டி இழுக்க, நடுங்கும் கரங்களால் நீரை அள்ளியெடுத்து முகம் முழுவதும் கொட்டி, முகத்தை, கண்களை, கசக்கித் தேய்த்து ஸ்படிகத் துளிகள் முகத்தில் வழிய வழியப் பார்த்தேன். ரசம் பூசப்பட்ட கண்ணாடி ஜாஜ்வல்யமாக ஜொலித்தது.

இப்போது எனக்கு என்ன செய்வதென்று சுத்தமாகப் புரியவில்லை.

எனக்குள் விபரீதத்தின் தமுக்கு கொட்ட ஆரம்பித்தது. செவிகளை நாராசமாய்க் கிழித்தெறிந்து சுவர்களில் மோதித் தெறித்து வீழ்ந்தன சப்தக் கங்குகள். மின்சாரம் பாய்ந்திருந்த எண்ண அலைகள் ஆக்ரோஷத்தோடு ரத்த ஓட்டத்தில் பாய்ந்து உடம்பு முழுவதும் புரண்டு புரண்டு ஓடின. சட்டென அந்த இடத்தில் சூன்யம் கவிழ்ந்து என்னை விழுங்க ஆரம்பித்தது. அதற்குள் நான் புதையுண்டு போய் விடுவேனா? அந்தக் களேபரத்தில் கண்மண் தெரியாமல் சுவரில் பாய்ந்து மோதி கண்ணாடியைச் சுவரிலிருந்து பெயர்த்தெடுத்தேன். என் முகத்தின் மேல் வைத்து கண்களை அகல விரித்து உற்று நோக்கினேன். கண்ணாடியைத் தலைகீழாகத் திருப்பி, பக்கவாட்டில் சரித்து, மேலும் கீழும் ஆட்டி... ஓ நோ.

பாத்ரூம் கதவு தட்டப்பட்டது.

இப்போது வேறுவிதமான குழப்பமும் பயமும் என்னைச் சூழ்ந்து கொண்டது. இந்த விசித்திரத்தை மனைவியிடம் சொல்வதா வேண்டாமா? நான் அரூபமாகிப் போனதை அவள் எப்படி எதிர் கொள்வாள்? கடவுளே, என் ரூபம் மறைந்துதான் போயிற்றோ? என் கால்கள் நிலத்தில் பதிகின்றனவா என்று பார்த்தேன். நிலத்தைக் கால்களால் பலங்கொண்ட மட்டும் உதைத்தேன். பாதங்கள் வலியெடுத்தன. ஹ்ஹா... காலையில் என் மனைவி என்னை எழுப்பி காஃபி கொடுத்தாள், நான் வாங்கிக் குடித்தேன். நான் அரூபன் அல்ல: அவள் காஃபி கொடுக்கும்போது எந்தவித வேற்றுமையுணர்ச்சியும் காட்டவில்லையே? அப்படியென்றால் இதென்ன வினோதம்? எனது முகம் கண்ணாடியில் மட்டும்தான் தெரியவில்லையோ? நோநோ, அப்படியெல்லாம் இருக்காது. இந்தக் கண்ணாடியில் ஏதோ ஸம்திங் ராங்... ஆமாம் நிச்சயமாக. இந்த நினைப்பு ஆயிரம் மெகாவாட் சக்தியாய் மண்டைக்குள் எகிறியது. மறுகணம், உயிரைக் கொத்திக் கொத்தித் தின்று கொண்டிருந்த மரணவலி நொடியில் மறைந்து போயிற்று. மெல்ல மெல்ல உடம்பெங்கும் உருவி விட்டாற்போல ஒரு ஆசுவாசம் என் மேல் படர ஆரம்பித்தது. ஒரு வழியாய்க் கதவைத் திறந்தேன்.

“ஹேவ் யூ ஃபினிஷ் இட்?” என்றவாறே உள்ளே நுழைந்தவள் சட்டென என் முகத்தைக் கண்டு துணுக்குற்றாள்.

“என்னாச்சி... ஏன் இப்படி பேயறைஞ்ச மாதிரி நிக்கிறீங்க..?” என்றவள் என் மௌனத்தில் ஒன்றும் விளங்காமல், “கண்ணாடியை வேறே கழட்டிட்டீங்க..?” என்று ஏறிட்டாள்.

நான் பதிலொன்றும் பேசாமல் கண்ணாடியைக் கொடுத்து விட்டு வெளியேறினேன்.

நேராக பெட்ரூமிலிருந்த ஆளுயர நிலைக் கண்ணாடியில் போய் பார்த்தேன். பீரோவில் பதிக்கப்பட்டிருந்த கண்ணாடியில், சூட்கேஸில் வைத்திருந்த கையகலக் கண்ணாடியில் என்று கண்ணாடி என்கிற வஸ்து வீட்டில் எந்த மூலையிலிருந்தாலும் தேடிப் பிடித்துப் பார்த்தேன். மனைவியின் சோல்டர் பேக்கில் கூட ஒரு கண்ணாடி இருக்குமே...

என்னுடைய உள்ளுணர்வுகள் கட்டுக்கடங்கா வேகத்தில் புரண்டு புரண்டு ஓட எனக்குள் ஒரு பெரும் சர்ப்பம் புகுந்து வளைக்க நாசியில் மூர்க்கமாய் புடைத்தெழும்பியது இரைச்சல்.

குளித்து, உடைமாற்றி, சாப்பிட அமர்கையில், “ஏன் தலை வாரிக்காம சாப்பிடறீங்க. என்னாச்சு உங்களுக்கு..?” என்று என் மனைவி தலையை உலுக்க, தலை கும்மென்று வலித்தது.

கண்ணாடி முன் போய் நின்று தோராயமாக தலையை வாரிக் கொண்டிருந்தபோது, எனது மகள் ஸ்ருதி ஸ்கூலுக்குப் போகும் அவசரத்தில் எனது முகத்தில் ‘பச்’ சென்று அழுத்தி விட்டுச் சென்றது எவ்வளவு இதமாக இருந்தது தெரியுமா?

“இன்னைக்கு நீ பஸ் பிடிச்சு ஆஃபீஸ் போ... எனக்கு வழியிலே வேலையிருக்கு..” என்று அவளைத் தவிர்த்து விட்டு நான் மட்டும் ஸ்கூட்டரில் புறப்பட்டேன். வழியெங்கும் ஸ்கூட்டர் மிர்ரரையே பார்த்துக் கொண்ட வந்தேன். அந்தக் கறுப்புக்கண்ணாடி சாம்பல் நிறத்தில் கண் சிமிட்டிச் சிரித்தது. எனக்கு முன்னும் பின்னும் வாகனங்களில் வந்தவர்கள் வாகனங்கள் க்ரீச்சிட என்னைத் திட்டிவிட்டுப் போனார்கள்.

அலுவலகத்தில் வழக்கம்போல என்னை எதிர்கொண்டனர். யாரிடமும் எந்த வித்தியாசமும் தெரியவில்லை. டைப்பிஸ்ட் ரங்கநாயகி மாத்திரம், ‘என்ன சார் முகமெல்லாம் ஒரு மாதிரி வெளிறிப்போய் இருக்கு?’ என்று கேட்டுப் போனாள். நான் அசட்டுத்தனமாய் சிரித்து வைத்தேன்.

“சார், உடம்பு சரியில்லையா..?” என்றான் அலுவலகப் பையன். நான் சட்டென அவனை அருகே அழைத்து ஒரு குற்றகாரியம் செய்யும் நபர்போல மெதுவாக அவன் காதில் கிசுகிசுத்தேன் “கண்ணாடி கிடைக்குமா..?”

அவன் புருவங்களைச் சுருக்கினான்.

“முகம் பார்க்கும் கண்ணாடி ஒன்று வேண்டும்...” என்று பணத்தை அவன் கையில் அழுத்தினேன். அவன் என்னை ஒரு மாதிரியாய்ப் பார்த்துவிட்டு வெளியேறினான்.

சற்றைக்கெல்லாம் ஒரு கையகலக் கண்ணாடியோடு வந்து, “போதுமா சார்... வேறு ஏதாச்சும்...?” என்றான் வினோதமாக.

நான் படக்கென்று கண்ணாடியை வாங்கி மேசையில் வைத்து விட்டு நன்றி சொன்னேன். குழப்பம் சூழ்ந்த முகத்தைத் தூக்கிக் கொண்டு அவன் நகர்ந்ததும், நான் சுற்றுமுற்றும் ஆளரவம் பார்த்து மெதுவாக மேசை டிராயரை இழுத்து கண்ணாடியைப்

பார்த்தேன். 'கடவுளே... எங்கே தொலைந்து போயிற்று என் முகம்?'

சட்டென எனது சிரசுக்குள் கருகல் நாற்றம் வெடித்துக் கிளம்பியது. தீயின் உக்ரம் மேனியெங்கும் பாய்ந்தோட அதன் தீவிரத்தைத் தாங்கும் சக்தியற்று கபாலம் பட்டென்று வெடித்துச் சிதறும் உச்சம். இந்தக் கொடூரமான சித்ரவதையின் வெம்மையில் நிரந்தரமான பைத்தியம் பிடிக்காது தப்பிப்பது எப்படி?

அடுத்த சில நாழிகைகளில் நான் அலுவலகத்திற்கு விடுமுறை சொல்லி விட்டு வெளியேறி ஸ்கூட்டரை நிராகரித்து விட்டு நடக்க ஆரம்பித்திருந்தேன்.

நகரத்தின் இரைச்சல் முகத்தில் அடித்தது. காது ஜவ்வுகளைக் கிடார் கம்பியாய் அதிர வைக்கும் இந்த இரைச்சலில் மனிதக் குரல் மடிந்து சிதைந்து உருத்தெரியாமல் போகும் அவலத்தை நினைவு கூரத்தான் வேண்டுமா? இயந்திர கதியுடன் இயங்கும் மனித ஜீவன்கள். இவர்களுக்கு மட்டும் உண்மையிலேயே முகம் இருக்கிறதா என்ன? பக்கத்து வீட்டுக்காரனின் முகமும் பெயரும் தெரியாமல் ஜீவித்துக் கொண்டிருக்கும் நகரத்துக் கலாச்சாரத்தில் அடர்ந்திருந்த எனது முகம் அழிந்து போனதில் வியப்பென்ன?

ரோட்டில் விதவிதமான முகங்களைப் பரப்பி விற்றுக் கொண்டிருந்தான் ஒருவன். அந்தக் காகித முகங்களின் வசீகரத்தில் ஓரிரு கணங்கள் மெய்மறந்து நின்றேன். மோனாலிஸாவின் முகத்தில் கவிந்த புன்னகை என்னை ஆசுவாசப்படுத்தியது. நடிக நடிகையரின் முகங்கள், விளையாட்டுக்காரர்களின் முகங்கள், அரசியல் முகங்கள்...

அந்த முகங்கள் தோறும் அடர்ந்து கிடந்தது ஓயாத தகிப்பு.

சட்டென எனது முகத்தைப் பார்க்க வேண்டும்போல ஒரு வித வெறி என்னைப் பிளந்தது.

ஓயாத கைதட்டல்கள் அந்த அரங்கையே அதிர்வித்துக் கொண்டிருந்த கூட்டமொன்றில் முழங்கிக் கொண்டிருந்தான் அவன். அந்த மண்டபம் முழுவதும் உளியின் செதுக்கல்கள் உதிரும் ஓசை உருண்டோட ஆரம்பித்தது. சூல்கொண்ட வார்த்தைகளை

மின்னலும் மழையுமாய்ப் பொழிந்த அவனுக்கு நினைவுப் பரி சாகக் கொடுத்தார்கள், அந்த நிலைக்கண்ணாடியை.

கண்ணாடி முழுக்க அவனே அவன்.

அந்தக் கண்ணாடியை வீட்டின் நடுநாயகமாக மாட்டி வைத்தான். அந்த குக்கிராமம் முழுக்க அவனைப் பற்றியே பேசி னார்கள். கண்ணாடியில் அவனது முகத்தின் அற்புதம் கண் சிமிட்டியது. தலித்களுக்கு தனி டம்ளர் வைப்பதை எதிர்த்துப் போராடி காவல் நிலையத்தில் புகார் கொடுத்தான். அவர்களின் புறம்போக்கு நிலத்தை அபகரித்த கவுண்டரை எதிர்த்து புகார் போட்டதுமல்லாமல், இரண்டு மூன்று பத்திரிகைகளுக்கு எழுதிப் போட்டான். ஒரு பத்திரிகையில் அந்த செய்தி விலா வாரியாக வெளியான அன்று அவன் ஆகாசத்துக்கும் பூமிக்கும் விஸ்தரித்தான். அன்று அந்தக் கண்ணாடியில் தனது முகத்தைப் பார்த்தான். ஒரே நேர்கோட்டில் சந்தித்து உரசிக் கொண்டன பார்வைகள். அவன் விழிகளில் ஒளிப்புழுதி. பளீரென்று நெற்றி யில் ஓடிய ரேகைகள் எல்லையற்ற வசீகரத்தை மீட்டின. முகம் முழுக்க மின்னல் வெட்டுகளாய் ஒளிர்ந்தது தேஜஸ்.

கண்ணாடியில் அவன் முகத்தைப் பார்க்கும்போதெல்லாம், மெல்ல மெல்ல மெருகு கூடிக்கொண்டே வருவதை உணர்ந் தான்.

சர்க்கரைஆலைக் கழிவுநீரை நிலங்களுக்குக் கொண்டு வந்து ஊற்றுவதை எதிர்த்துப் போராடினான். மூன்று நான்கு விளைச் சல்களுக்குப்பின் மண் கெட்டி தட்டிப் போய்விடும் என்று உழவர்களை எச்சரித்தான். பக்கத்திலிருக்கும் கிணறுகளில் கழிவுநீர் இறங்கி குடிநீர் கெட்டுத் தண்ணீர்ப் பஞ்சம் வரும் அபாயத்தைக் கூட்டம் போட்டு விளக்கினான். அவன் முகம் போர்க்கவசங்களை அணிந்து கொண்டு கம்பீரமாய் ஜொலித் தது.

ஒரு அபலைப் பெண்ணை சாதி கெட்டுப் போய்விட்டாள் என்று கூறி சாதிவிலக்கம் செய்ய ஊர்ப்பஞ்சாயத்து கூடியது. புராதனமான துருப்பிடித்த மூளையுடன் இயங்கும் நியாயம் பேசும் கிழவர்கள் அதற்குரிய ஆயத்தங்களில் ஈடுபட்டபோது ஒலித்த கலகக் குரல் அவனுடையது.

“ஒரு பெண்ணை ஊரைவிட்டு ஒதுக்கி வெக்கறதுக்கு

யாருக்குமே உரிமை கிடையாது. அப்படி ஒதுக்கி வெச்சா உங்க மேலே கோர்ட்லே கேஸ் போடுவேன். இப்பவே இத்தனை பேர் கூடியிருக்கிற சபைக்கு நடுவிலே ஒரு பெண்ணை அவமானப் படுத்தினதுக்காக சம்பந்தப்பட்டவங்க மேலே மானநஷ்டக் கேஸ் போடலாம் தெரியுமா..? அப்புறம், உங்களுக்கே தெரியும், அப்பப்ப இங்கே நடக்கிற அநியாயங்களை பத்திரிகைகளிலே எழுதிட்டிருக்கேன். இந்த கொடுமையைப் பத்தியும், இப்படி ஆனதுக்கு யார் யார் காரணம்னும் பட்டவர்த்தனமா எழுது வேன்..."

சட்டென பஞ்சாயத்துத் திண்ணைகள் வெறுமையாகிப் போயின. அந்தப் பெண் முகத்தில் கண்ணீர் தாரைதாரையாக வர்ஷித்தது. அழாதே பெண்ணே, மானசீகமாய் கண்ணீரைச் சுண்டியெறிந்தான். திசைகளெங்கும் சிதறியது கண்ணீர்.

"அந்தப் பொண்ணை இவன்தான் வெச்சிருப்பாம் போல..." என்ற கள்ளக் குரல்கள் முதுகை எரித்தன. ஆயினும் அந்தப் பெண்ணின் முகத்தில் சுரந்த பேரன்பு உன்னத கணங்களை உடம்பெங்கும் மீட்டியது.

அன்று கண்ணாடியில் அவனது சிரசைச் சுற்றிலும் ஒரு ஒளி வட்டம் பிரகாசமாய் ஒளிர்ந்தது.

திடுமென ஒரு நாள் அவனுக்கு வேலை கிடைத்தது நகரத்தில்.

எந்த நகரத்தில்?

ஒரு முறை வேலை தேடி நகரத்திற்கு வந்திருந்தான். காலத்தின் கைப்பிடியில் பிதுங்கும் ஓயாத அரற்றலோடு பரபரத்துக் கிடந்தது நகரவெளி. எண்ணி இரண்டே நாட்களில் அவன் புரிந்துகொண்டான், அது நரகம் என்பதை. முகங்களற்ற ஜீவன் களால் நிரப்பப்பட்டிருந்தது நகரம். இயந்திரகதியாய் இயங்கும் பிரம்மாண்ட இயக்கத்தோடு இயக்கமாய் பொருந்திப்போக முடியாமல் நெரிந்து அனலும் நகரவெளியின் கடற்கரையில் வந்து நின்றான்.

அடிவானம் தொட்டிருக்கும் சமுத்திரத்தின் எல்லையற்ற கோஷம். கால்கள் மணலில் பதியப் பதிய நடந்தான். விகாசம், கால்கள் அலைகளுடன் ஊடாட கரையோரமாய் நடந்தான். அப்பொழுதுதான் கவனித்தான், தனது காலடிச் சுவடுகளை

கடலலைகள் உண்டு களிக்கிற துயரத்தை.

அவனுடைய எண்ண ஓட்டத்தைத் துண்டாக்கியது காற்றில் மிதந்து வந்த கானக்குரல். மெல்ல மெல்ல அந்தக் குரலின் அற்புத லயத்தில் லயித்துப் போனான். மெல்ல மெல்ல அந்த இனிய கானம் அவனை இழுக்க ஆரம்பித்தது.

அவன் நடக்க நடக்க எதிரிலிருந்த மனிதக் கூட்டத்திலிருந்து கசிந்து கொண்டிருந்தது அந்த கானம். மெல்லக் கும்பலைக் கலைத்து தலையை நுழைத்தான். நைந்த ஆடையுடனான ஒரு பெண் உட்கார்ந்து பாடிக்கொண்டிருக்க, அவள் முன் விரித்திருந்த கிழிசல் துணியில் நாணயங்கள் சிதறியிருந்தன. பக்கத்தில் சுருதி கூட்டிக் கொண்டு ஒரு கந்தல் ஆர்மோனியன்.

இதிலென்ன விசித்திரம்? இவர்களைச் சுற்றி இவ்வளவு கூட்டம்? அந்தக் குரலின் இனிமை இவர்களை மயக்கிவிட்டதா என்ன..!

அந்தப் பெண்ணின் பின்பகுதிதான் தெரிந்தது. அவளின் கான முகத்தைப் பார்க்க வேண்டும்போல ஒரு வெறித்தனம். அவசரமாய் முண்டியடித்துக்கொண்டு முன் பகுதிக்குப் போய், அந்த பெண்ணின் முகத்தைப் பார்த்தான்.

ஓ... கடவுளே... எவ்வளவு கொடூரம்... இந்தக் கொடூரத்தையா இந்த மனிதர்கள் ரசித்துக் கொண்டிருக்கிறார்கள். அந்தக் கணத்தில் நகரத்தின் வக்கிரம் உடம்பெங்கும் அறைந்து அறைந்து வீழ்த்தியது.

அந்தப் பெண்ணின் கானமுகத்தை வர்ணிக்க... ஓ நோ... புரிய வைக்க அவனுக்கு நேர்ந்த துர்ப்பாக்கியம் வேறு எவருக்குமே நேரக்கூடாது. கடவுளே... முகம் என்று ஒன்றும் இல்லை. கண்கள் இருக்க வேண்டிய இடத்தில் இரண்டு குழிகள். மூக்குக்குப் பதிலாய் இரண்டு துவாரங்கள். உதடுகள் இல்லை மாறாக, சிதிலமடைந்த பற்களும் ஈறுகளும் தீப்பட்டு ரணமாகி பழுத்துத் தொங்கும் சதைக்கோளம். அது முகமல்ல, விகாரரூபம்.

அந்தக் குரலின் மகத்துவம் சட்டென்று உடைந்த அருவருப்பின் அனல் உடம்பெங்கும் கொத்திக் கொத்திப் பிடுங்க ஓடினான்.

குரல் அவனைத் துரத்தியது.

எந்தக் குரல் அவனைத் துரத்தியதோ, அந்த குரலின் மடுவில் வந்து விழுந்தான் அவன்.

பச்சை வயல்வெளிகளோடும், முகங்கொண்ட மனிதர்களோடும் கம்பீரமாய்த் திரிந்தவன் திடுமென நகரத்தின் விகார வீதிகளில் வீசியெறியப்பட்டான்.

சூரியனின் தோற்றத்தை மறைத்து நின்றிருந்த நகரத்தின் பிரம் மாண்டமான கற்சுவர்கள் என்னை வரவேற்றன.

பழுப்பேறிய கற்சுவர்கள் இருக்கும் எனது எட்டுக்கு நாலடி ரூமில் காலடி வைத்ததும் முதல் வேலை, கண்ணாடியை சுவரில் நடுநாயகமாக மாட்டி வைத்ததுதான்.

நகரத்துப் புகைபடிந்த காற்றை சுவாசிக்க ஆரம்பித்தேன். நாகரீக யட்சனின் வசீகரப் புன்னகையில் நழுவும் நாசூக்கான போக்கு என் முகம் முழுவதும் அடர்கிறதே... துண்டாடப்பட்ட கரங்களாய் என் முஷ்டிகள் முண்டமாகிப் போனது எவ் விதம்?

கண்ணாடியில் எனது முகம் சட்டென மங்கிப்போக ஆரம் பித்தது. அவ்வப்போது முகம் குறித்து ஒரு வீர்யம் ஏற்பட்டாலும் நகரத்தின் அமானுஷ்யம் சிதறடிக்கும்.

எத்தனை விஷயங்கள் கண்முன்னால் நடந்தேறின. அந்தச் சூழல்களில் எனது குரல் மெல்ல மெல்ல மௌனத்தை அணிந்து கொள்ளப் பழக்கப்படுத்திக் கொண்டிருந்த கோரத்தை என்னென்பது? ஞாபக அடுக்குகளில் சேமித்து வைத்திருக்கும் அந்த அவலங்கள் மனத்திரையில் உருப்பெற்றன.

மணிக்கட்டில் முகிழ்த்திருக்கும் கொலைக் கருவிகளின் பதிவு கள், சக மனிதனின் காலடி மணலைச் சுரண்டும் அவலம், விஞ்ஞானம் பின்னிய வலையில் வசீகரமாய் விழுந்த மனிதப் பூச்சியின் வெறுமை, மதம் மொழி இனம் என்று கூர்மையான சவரக் கத்தியைத் தொண்டையில் சொருகி பீய்ச்சியடிக்கும் குருதியில் காய்கள் நகர்த்தும் அரசியல்...

கண்முன்னால் ஊழிக் கூத்தாடுகின்றன பிரச்சனைகள், நழுவு கிறது நகரம் யாருடையதோ போல்.

நான், எனது என்ற பாணியில் அடுத்து வந்த காலம். காதல், கல்யாணம், வாகனம், வீடு, குழந்தை, குழந்தையின் நடனப் பயிற்சி, மனைவியின் வீட்டுத் தோட்டமும் போன்ஸாய் கலையும்... என்று வாழ்க்கை முறை மாறிப்போனது. அலுவலக விடுமுறை நாட்களில் வீட்டுச் சுவர்கள் இறுக்கினால் வெளியே கடற்கரை, சினிமா, இலக்கிய விழாக்கள், விச்ராந்தியாய் வீட்டில் சாய்ந்திருந்தால் சங்கீதம், சங்கீதம், சங்கீதம்.

இந்தச் சந்தடியில் எனது முகத்தை மறந்துதான் போனேன்.

அவசர அவசரமாக கண்ணாடி தேடினேன். ஹால் முழுக்க நவீன ஓவியங்களும் சிற்பங்களும்தான் இருந்தனவே தவிர கண்ணாடியில்லை. படுக்கையறைக்குப் போய் ஆளுயரக் கண்ணாடியில் பார்த்தேன், ஹோ... புகை மூட்டத்தில் நெளியும் மங்கலான உருவமாய் கரையான்கள் அரிபட்டு கன்றிப்போன பிம்பமா நான்?

நேற்று அலுவலகத்தில் ஒரு நிகழ்ச்சி.

'ஸ்டௌ கௌரி ஸ்டவ் வெடித்து இறந்து போய்விட்டாள்' என்னை அந்தச் செய்தியின் உக்கிரம் உலுக்கியெடுத்தது. சம்மட்டி அடி மண்டையைப் பிளக்க மாய்ந்து போகும் நிலைக்குத் தள்ளப்பட்டேன். கௌரி... என்ன ஒரு அபூர்வமான சிநேகிதி. அத்தனை அற்புதமான விஷயங்கள் எல்லாம் பேசுவாள். என்ன ஒரு அபரிமிதமான கலாஞானம் அவளுக்கு. கவிதைகள், ஓவியம், இலக்கியம், சங்கீதம் என்று அவள் பேச்சே ஒரு கௌரிமனோகரி. அலுவலகத்தில் எல்லோரிடமும் கல்மிஷம் இல்லாமல் பழகுவாளே...

சற்றைக்கெல்லாம் அவரவர் தங்கள் வேலைகளைச் செய்ய ஆரம்பித்தனர். அலுவலகம் முடித்து மாலையில் அவளது வீட்டுக்குப் போகலாம் என்று சிலர் பேசிக் கொண்டிருந்தனர். எனக்கு மனசு கஷ்டமாக இருந்தது. பக்கத்து இருக்கை தாமு மெல்ல கிசுகிசுத்தான், "கௌரியோட ஹஸ்பண்ட் வேலை சார் இது..."

"வாட்...?"

"ஆமா... கௌரிமேலே அவனுக்குச் சந்தேகம்..."

தாமு சட்டென இயந்திரகதியில் தட்டச்சைத் தட்ட ஆரம்

பித்தான். என் உடலெங்கும் ஒரு தீச்சுருள் சுருண்டு சுருண்டு மண்டைக்குள் எகிறியது. விஷயம் தெரிந்தும் இயந்திரகதியாய் இயங்கும் தாமு, அலுவலகம்... வேறு என்ன செய்ய வேண்டும் என்று எதிர்பார்க்கிறாய்? மெல்ல மெல்ல சூடு குறைய ஆரம்பித்த போது, நான் அனிச்சையாய் அலுவலகக் கோப்புகளை எடுத்துப் புரட்டத் தொடங்கியிருந்தேன். என்னைப் பார்க்க எனக்கே அருவருப்பாய் இருந்தது.

இன்று காலையில் கண்ணாடியில் எனது முகம் அழிந்து போயிற்று.

எனது முகம் எப்படியிருக்கும்?

எனது முகத்தைப் பார்க்க வேண்டுமென்ற வெறி சீறியெழுந்தது. பசும்நிறமாய் அசைந்த முகத்தில் மோதும் தானியக்கதிர்கள் நிழலாடுகின்றன. நான் என் முகத்தைப் பார்க்க வேண்டும். ஓடினேன் வயல்வெளிகளுக்கு.

கிராமம் பெரிதாக ஒன்றும் மாறிவிடவில்லை. அதே செம்மண் பாதை. அதில் தலை நீட்டியிருக்கும் புற்களின் செழுமை கால் களைக் குறுகுறுக்க சந்தோஷம், மகிழ்ச்சி, ஆனந்தம் பீறிட் டடித்தது. கொஞ்ச காலம் தென்படாத அதே மனிதர்கள் நலம் விசாரித்தார்கள்.

அதே நிலக்காட்சி ஓவியம். அந்த மண் முழுவதும் நான் செய்த சாகசங்களும் என் அதியற்புதமான முகமும் நினைவு கூரப்பட்டது. ஹ்ஹா... எனது முகம் அழிபடவில்லை. இதோ ரத்தமும் சதையுமாக.

“தம்பி, எங்க வூட்டுக்குப் பட்டா வந்திடுச்சி... எல்லாம் உங்க ளாலேதான்..” என்ற பெரியவரின் முகத்தில் வழிந்த கருணையின் எளிமையில் உடம்பெங்கும் சிலிர்த்தது.

சற்றே வயதான ஒரு பெண் இரு கைகளையும் குவித்துப் போனாள். திடுமென ஆங்காங்கு திரண்ட பெண்கள் என்னைச் சுட்டிக்காட்டி ஏதோ பேச பெண்கள் கூட்டம் கும்பலாக வந்து வந்து எட்டிப் பார்த்தது. சட்டென அக்குளில் ரெக்கை பொருத்தினாற்போல் ஒரு சந்தோஷம் அசைந்தது. இவ்வளவு அழகானதா என் முகம்!

எதிர்ப்பட்டவர்களிடம் புன்னகை செய்துவிட்டு, சற்றுத்

தொலைவிருக்கும் எனது பழைய நண்பனைப் பார்க்க பிரதான சாலையில் இறங்கி நடந்தேன். சாலையோரத்தில் எதிர்ப்பட்டது கவுண்டரின் இரும்புக் கிராதியணிந்த மச்சு வீடு. அதை ஒட்டி னாற்போல் சிமெண்ட்கூறை வேயப்பட்ட கட்டிடமும், காதைக் கிழிக்கும் இரைச்சலும், விசைத்தறி போட்டிருக்கிறார் போலும், நவீன விவசாயம்.

சட்டென எனக்கு ஒண்ணுக்குப் போக வேண்டும் போலிருந்தது.

நான் அந்த கிராமத்திலிருந்தபோது ஒரு நாள், இந்தச் சாலையோரமாய் இந்த வீட்டைத் தாண்டி சிறுநீர் கழித்தேன். அப்பொழுது அந்த வழியாய் வந்த கவுண்டர் சண்டைக்குப் பிடித்து விட்டார். எனக்கு வந்த கோபத்தில் வசைச் சொற்கள் துடித்தன. சாவகாசமாய் அவர் முன்னாடியே மறுபடியும் உட்கார்ந்தேன். அவர் கறுவிக்கொண்டே போனார். அன்றிலிருந்து அந்த வழியாய் வரும்போதெல்லாம் சொல்லி வைத்தாற்போல அந்த இடத்திற்கு வந்தாலே சிறுநீர் வயிற்றை முட்டும். அங்கு இறக்கி விட்டுப் போனால்தான் ஆத்ம திருப்தி.

இப்பொழுது எனக்குள் சிறுநீர் வாசனை சீறியது. ஜிப்பை உருவி சாலையயோரமாய் அடித்தேன். மெல்லத் தலையை உயர்த்திப் பார்த்தபோது கவுண்டரின் மச்சு வீட்டு மதில்மேல் புதைத்திருந்த கண்ணாடிச் சில்லுகளில் பிரகாசமாய் கண் சிமிட்டியது என் முகம்.

(மார்ச் ஏப்ரல் 1993. நன்றி: உன்னதம்)

தரிசனம்

அவன் எனது பிஷப்பை வெட்டி ராஜாவுக்கு செக் வைத்தபோது கதவு தட்டப்பட்டது.

எனது கணவராகத்தானிருக்கும்.

ஆட்டத்தின் சுவாரஸ்யம் சடுதியில் கலைய, நான் அவனைப் பார்த்தேன். அவன் சட்டென எழுந்துபோய் மறைந்து கொண்டான்.

சேலைத் தலைப்பால் முகத்தைத் துடைத்துக் கொண்டு எழுந்து போய் கதவைத் திறந்தேன். அவர் பதற்றத்துடன் உள்ளே நுழைந்து நாலா புறமும் கண்களைச் சுழலவிட்டார்.

சமீப காலமாக என் கணவருடைய கண் களின் இடுக்கில் குரூரம் மின்ன ஆரம்பித் திருக்கிறது. நெற்றிச் சுருக்கங்களிலும், முகத் திலும் சந்தேக முட்கள். எரிச்சலுமிழும் கீச்சுக் குரலும், கள்ளத்தனம் பூண்ட கால்களும், சட்டையுரிந்துபோய் அவரது விகாரமுகம்.

காரணம், அவன்.

அவன் எனக்கு அறிமுகமானதே ஒரு அற்புதமான கதை.

நான் கிராமத்துக்காரி. நகரத்து மாப்பிள்ளை என்றதும் எனது கனவுகள் சட்டென வர்ணம் பூச ஆரம்பித்தனவே. நகர வாழ்க்கை பற்றி வர்ணிக்கப்படும் சகல ரூபங்களும் கண் முன் னால் விரிந்தனவே... கிராமத்தின் பச்சை வயல் வெளிகளில் வண்ணத்துப் பூச்சிகளோடு துள்ளித் திரிந்தவளை கற்சுவர்கள் இறுக்கும் கான்கிரீட் வனத்தின் நான்காவது மாடியில் கொண்டு வந்து சிறை வைத்தால் எப்படியிருக்கும்? 'க்ளுக்' என்று ஒரு சிரிப்பொலி உதிர்ந்தது. எனது பாட்டியின் சிரிப்பொலி.

அவள் கண்களை மூடியபடி படுத்திருக்கிறாள். நான் அவளுக்கு ராமாயணம் வாசித்துக் கொண்டிருக்கிறேன். கால்கள் ஒரேயடியாய் பரபரக்கின்றன. அவளைத் திருட்டுத்தனமாய் பரிசோதித்தபடியே வாசித்துக் கொண்டிருந்தவள், தருண முணர்ந்து எழுந்து ஓடுகிறேன். “அடிப்பாவி... ஒரு நிமிஷம்கூட நிக்கமாட்டேங்கறியே... கால்ல சக்கரத்தோட வந்து பொறந்திருக்கி யேடி... போற எடத்திலே எப்படி இருக்கப் போறியோ...”

ஆகிவிட்டது. பாத சக்கரத்தைக் கட்டிப்போட்டு ஒரு வழியாய் எட்டு மாதங்கள். இந்த எட்டு மாத காலத்தில் தனிமையெனும் சூன்யக் கிழவியின் பிம்பம் ரத்தமும் சதையு மாக என் முகத்தில் படிய ஆரம்பித்திருந்தது. எத்தனை நாளைக்குத்தான் புஸ்தகங்கள் படித்தே பொழுதைக் கழிப்பது? ஸாட்டிலைட் சேனல்கள் காட்டும் உலகம்தான் என் உலகமா? வெளியேறத் துடித்த கால்கள் சுவர்களில் மோதி மோதி முட்டிகள் வீங்கிக் கறுக்க ஆரம்பித்தன. எத்தனை நேரம்தான் செஸ் ஆடிக்கொண்டேயிருப்பது. அதுவும் எதிர்க்காயைக்கூட நானே நகர்த்திக்கொண்டு. பரபரத்து நெளிந்த பாதங்கள் பாளம் பாளமாய் வெடிக்க ஆரம்பித்தன. அந்த அடுக்குமாடிக் குடியிருப்பின் அக்கம் பக்கத்து கிசுகிசுக் களை உட்கார்ந்து பேசி புட்டம் பருத்த பக்கத்து வீட்டு மாமி களின் சம்பாஷணை அருவருப்பூட்டியது. எதையாவது எழுதி பொழுதைத் தொலைக் கலாமென்றால், பேனாவின் இறுகிய மையில் இறங்குகிறது தனிமை. எம்ப்ராய்டரிங் ஊசி விரல் சதையைக் கிழிக்கும் வலியை, மறைக்கிறது தனிமையின் வலி.

பாட்டி சிரித்தாள். டி.வியில் சர்வதேச ஒளிபரப்புகள் எல்லை யற்றுச் சிரித்தன. பளபளக்கும் பத்திரிகைகள் குப்புறக் கவிழ்ந்து படபடத்தன. இன்ஸ்டன்ட் கலாச்சாரம் பொதிந்த சமையலறை.

மனித உழைப்பை மறுதலிக்கும் யந்திரங்கள், மலங்கழிக்க பளிங்குக்கல் அறை, பூஜை புனஸ்காரத்துக்கு நுண்ணிய கலை வேலைப்பாடமைந்த கடவுளர் சிலை... வாழ்க்கையின் சகல அம்சங்களும் கற்சுவர்களுக்குள்.

அப்புறம், அலுவலகம் முடிந்து வரும் அன்புக் கணவர், பணி விடைகள், அவரது உலகம் பற்றிய பிரஸ்தாபிப்பு. நட்சத் திரங் களின் கண் சிமிட்டலை ரசிக்காமலேயே நழுவும் இரவு.

எனக்குச் சுத்தமாகப் பிடிக்கவில்லை இந்த எலெக்ட்ரானிக்ஸ் வாழ்க்கை. எனது கணவரின் உடைகளை வாஷிங் மெஷினில் போட மறுத்து நானே எனது கைகளால் துவைத்துச் சுத்தம் செய்ய ஆரம்பித்தேன். அவைகளைத் துவைத்து முடித்து உலர்த்தப் போடுகையில் மனசு நிரம்பியிருந்தது.

நான் மெல்ல எனது கணவரிடம் பேச ஆரம்பித்தேன்.

எனது கணவர் கனிவு மிக்கவர். எனது தனிமை என்கிற விஷயத்தை உணர்ந்து கொள்பவர். தனிமையைக் கொல்லும் சாதனங்களை வீடு முழுக்க நிறுவி வைத்திருப்பவர். ஆமாம், தனிமை என்கிற விஷயத்தை உணராமல் அவரால் எப்படியிருக்க முடியும்? அலுவலகம் முடிந்து வீடு திரும்பும்போது விளக்குகள் பளீரிடும். அவர் வாங்கி வரும் மல்லிகைப் பூவை இரவில்தான் சூடிக் கொள்ள வேண்டியதாயிருக்கிறது. அதுவும் மாதத்தில் சில நாட்கள் மல்லிகைப் பூவுக்குப் பதிலாய் அழுக்கண்டிய கனத்த ஃபைல் கட்டுகள். இரவு சாப்பிட்டு முடித்துவிட்டு கொஞ்சம் விச்ராந்தியாய் இருப்போம். நாட்டு நடப்பு, டி.வி.நிகழ்ச்சிகள், தொடர்கதைகள், பெண் சுதந்திரம் பற்றியெல்லாம் விவாதிப் போம். நான் வெகு உற்சாகத்துடன் பங்கெடுத்துக் கொள்வேன். எனது உடம்பெங்கும் புதிய ரத்தம் புரண்டு புரண்டு ஓடிக்களிக்கும். இன்னும் என்னென்னவோ பேச வேண்டுமென்ற வெறி அவர் கண்களில் மின்னும், அலுவலகக் களைப்பு இமைகளை அழுத்தும். எனக்கே எனக்கான நாள் ஞாயிற்றுக்கிழமைதான். நகரத்தின் பிரம்மாண்ட இயக்கம், கால்களில் பதியப் பதிய கடற்கரை மணல், சிறகு பொருத்தும் கலை விழாக்கள் என்று உற்சாகத்தை ஒரேயடியாய் திணிப்பார், அஜீரணமாகும்வரை, அந்த அஜீரணக் கோளாறும் ஒருவித சுகம்தான். அவ்வப்போது மூடு வந்துவிட்டால் செஸ் விளையாடுவோம். ஜெயித்தால் முத்தம் தர வேண்டும் என்பது விதி...

“வேலைக்குப் போறியா... நீயா?” அவர் கிண்டலாகச் சிரித்தார்.

எனக்கு அவர் சிரிப்பு அடியோடு பிடிக்கவில்லை.

“வேலை கிடைப்பது அவ்வளவு சுலபமில்லே...” என்றவர் ஓரிரு வினாடிகள் நிறுத்திய பிறகு தொடர்ந்தார். “அப்படியே கெடைச்சாலும் நீ வேலைக்குப் போறது எனக்குப் பிடிக்கலே...” அவர் முகம் சுண்டிப் போயிற்று.

என் பிரியமானவரின் முகம் சுண்டிப் போனது எனக்கு என்னவோ போலிருந்தது.

“காலையிலே எழுந்ததும் ஆஃபீஸ் போற டென்ஷன். அப்புறம் ஆஃபீஸ் டென்ஷன்... இந்த டென்ஷன் லைஃப்பிலிருந்து தப்பிச்சு வீட்டுக்கு வரும்போது ஆறுதலா எனக்குன்னு ஒரு ஜீவன் இருக்க வேண்டாமா?”

அந்த ‘ஜீவன்’ என்ற வார்த்தை என்னவோ போலிருந்தது.

“நீயும் என் மாதிரி டென்ஷனை ஏத்துட்டு ஆஃபீஸ், பிரமோஷன்னு நாம மெஷின் மாதிரி வாழணுமா?”

“தனியா இருக்கறது ரொம்ப போரடிக்குதுங்க...” இதென்ன எனது குரலின் நிறம் மாறிப் போய்விட்டது?

“போரா.. டி.வி. பாக்கறதுக்கே உனக்கு நேரம் போதாது... அந்த அவசரத்துலே வாய்க்கு ருசியா சமைக்க மாட்டேங்கறேன்னு சமையல் புஸ்தகங்கள் வாங்கிக் குடுத்திட்டிருக்கேன்... நீ என்னடான்னா போரடிக்குதுங்கறே.”

எனக்குள் ஓடும் உணர்வுகள் அவருக்குப் புரிந்திருக்க வேண்டும்.

“நான் மனைவியோட சக உணர்வுகளைப் புரிஞ்சுப்பவன். அவளுக்குச் சரிசமமான உரிமை தர்றவன். அவளோட சுதந்திரத்துக்கு முக்கியத்துவம் தர்றவன்... அதே மாதிரி என்னோட உணர்வுகளையும் நீ புரிஞ்சுக்கணும்...” அவருடைய குரல் பனித்தது.

தயையாய் வந்த அவருடைய தார்மீகமான வாதம் எனக்குள் பெரும் சலனத்தை ஏற்படுத்தியது. வாஸ்தவமான பேச்சினூடே

எனது தராசு முனை சாய ஆரம்பித்தது. குப்பென வியர்த்திருந்த வேர்வை நீர் முத்துக்களாய் அவர் முகமெங்கும் பரிதாபமாய்க் கசிய, எனது முந்தானையில் அதை ஒற்றியெடுக்க மனம் துடித்தது.

வேர்வையைத் துடைத்தவாறே சட்டெனப் பிரகாசமாகி, "ஆமா... இன்னும் ஆறேழு மாசத்திலே நம்ம குட்டி வந்துடப் போறான்... அதுக்குள்ளே நீ வேலைக்குப் போயி..." என்று என் வயிற்றில் அணைந்தார்.

நான் நெளிந்தவாறே விலக, வயிற்றுப் பகுதியில் ஒரு 'இச்'.

"ஃபெமீனாவில எம்ப்ராய்டரிங் கட்டிங்ஸ் கட் பண்ணி சேகரிச்சு வெச்சிட்டிருந்தியே... நம்ம குட்டிக்கு எம்ப்ராய்டரிங் செஞ்சியா என்ன...?" என்று வயிற்றை நெருடி கிச்சு கிச்சு மூட்ட நான் சரிந்து அவர் மேல் சாய, சற்றைக்கெல்லாம் நாங்கள் சுவாரஸ்யமானோம்.

அந்த சுவாரஸ்யம் வெகுநாள் நீடிக்கவில்லை. நான்கு சுவர்களும் என்னை மெல்ல மெல்ல இறுக்க, மூச்சுத் திணறிக் கொண்டிருந்த நாளில்தான் அந்த அமானுஷ்யம் நிகழ்ந்தது.

செஸ் விளையாடிக் கொண்டிருந்தேன், வழக்கம்போல் எதிரணிக்காயையும் நானே நகர்த்திக் கொண்டு.

அப்பொழுதுதான் அந்த அற்புதம்... எதிரணிக்குதிரை சட்டென எம்பி எனது ராணியை வெட்டிவிட்டு ராஜாவுக்கு செக் மேட்டாய் நின்றது.

பிரமிப்புடன் நிமிர்ந்து பார்த்தால்... சதக்கென எனது பார்வைக் குவடுகளைத் துளைத்தது பேனாக் கத்தியின் கூர்மை. கடவுளே, இந்த முகத்தை நான் எங்கோ பார்த்திருக்கிறேன்... அதுவரை பார்த்தறியாத அற்புத வடிவம் அது. அவன் முக மெங்கும் ஒளிர்ந்து கமழ்ந்தது தேஜஸ். அவனது விழிகளின் தீட்சண்யத்தில் மின்னித் தெறித்தது பச்சையம். அந்த உருவத்தின் ஆகர்ஷணத்தில் பிரக்ஞை தவற, உன்னதம்.

அவன் எனது நண்பனென்றும், தனிமையில் உழலும் என்னிடம் இணக்கம் கொள்ள வந்திருப்பதாகவும் வாஸ்தமாகப் பேசினான். என்னைப் பல நாட்கள் கவனித்துக் கொண்டே இருப்பதாகவும், இப்பொழுதுதான் என்னுடன் சிநேகம் வைத்துக்

கொள்ள காலம் கருதியது என்று சுவரில் சாய்ந்துகொண்டு சாவகாசமாக ஏதேதோ பேசினான். நாதஒலி தடவிய அவனது குரலைக் கேட்டுக் கொண்டேயிருக்கலாம் போலிருந்தது. அந்த ஆட்டத்தில் அவன் ஜெயித்து விட்டான்.

அழகாக எழுந்து எனது கழுத்தை வளைத்து கூந்தலை விலக்கி, ‘இச்’. பழுக்கக் காய்ச்சிய நெருப்புத் துண்டங்களை ஒற்றியெடுத்தாற்போல அற்புதமான வலி.

எனக்கு அவன் பிடித்துப் போய்விட்டான். நானும் அவனும் சொல்லில் அடைபடா விஷயங்கள் பற்றியெல்லாம் பேசினோம், விவாதித்தோம்.

அந்தக் கட்டத்தில்தான் எனக்கு அவன் அந்த மகத்தான உலகத்தை அறிமுகப்படுத்தினான். அது ஒரு விந்தையூட்டும் விசித்திரமான உலகம்.

எங்கள் நான்காவது மாடியின் கைப்பிடிச் சுவரில் சாய்ந்து கொண்டு வெளியைச் சுட்டினான். கீழே தெருவில் நடக்கும் மனிதர்களின் தலைகீழான தோற்றம் பச்சென முகத்தில் அறைந்தது. தலைகீழ் பிரபஞ்சம். அந்தக் கோரக் காட்சியைக் காணச் சகியாது முகத்தை மூடிக்கொண்டேன்.

அங்கு வந்த புதிதில் இந்தத் தோற்றத்தில் ஆட்பட்டு பீதி யடைந்து நிற்கும் சமயம் ஆபத்பாந்தவராய் எனது கணவர் தோன்றுவார். அப்படியே ஓடிப்போய் அவரது தோளில் சாய்ந்து கொண்டு கிலேசமுறுவேன். ஒரு ஆசுவாசம். மனிதனின் தலைகீழ் கண்களுக்கும் மனசுக்கும் அவரது நேர்கொண்ட தோற்றம் வாஞ்சையாய் வருடிவிடும்.

ரோமம் மூடிய அல்லது சூர்யக் கொளுந்து பளீரிடும் தலை. தலையிலிருந்து சரேலித்து இறங்கும் விதவிதமான மூக்குகள், அதன் சுவாச மணம், உருண்டையான நீளவடிவ — செவ்வக மான — வடிவம் சிதைந்த முகங்கள், அக்குளில் முளைத்திருக்கும் கரங்கள் — சிறகுகள், புழுதிப்படலம் எழுப்பும் கால்சுவடுகள். இதன் ஒட்டு மொத்தக் கட்டமைப்பே மனிதன். ஆகாசத்தை மிரட்டும் அந்தரவெளியில் நின்றுகொண்டு ஏதேதோ பேசினான். எனக்குள் மெல்ல மெல்ல தோற்றம் உடைந்து நொறுங்கியது.

மனிதர்களின் முகத்தை வைத்து அவர்களின் குணாதிசயங்

களை சொல்லலாம் என்று சாமுத்திரிகா லட்சணம் சொல்கிறது. ஸ்தூலமாகத் தெரியும் முகத்தினடியில் சூட்சுமமாக இன்னொரு முகம் நெளிகிறது. இந்த நேர்கொண்ட பார்வையில், ஸ்தூலம், சூட்சுமம் என்று இரண்டு பிம்பங்கள் இருக்கும்போது, ஏன் தலைகீழ் பார்வையில் ஸ்தூலம், சூட்சுமம் என்று இருக்கக் கூடாது என்று விவாதித்தான். நாள்பட நாள்பட ஸ்தூலமாகத் தெரியும் தலையினுள்ளே சூட்சுமமாக இன்னொரு கபாலம் நெளிபடுவது எனக்குள் புலனாயிற்று.

எல்லாமே வேறு ஒரு பார்வை; வேறு ஒரு தோற்றம். அந்தத் தோற்றத்தில் பற்பல அற்புதங்கள் தோன்ற ஆரம்பித்தன. ஆன்ம திருஷ்டியில் மல்லாந்திருக்கும் அபூர்வ தரிசனம் அது.

தலைகீழாக நடந்து போகும் சொட்டைத்தலை மனிதனின் முடியில்லாத மண்டை சூர்ய வெளிச்சம் பட்டு பளீர் பளீரென நெருப்பாய் சுட்டது. சற்றே ஒருக்களித்து அவனது தலைப் பகுதியிலிருந்து இறங்கிய மூக்கு உருண்டையாய் அமுங்கியிருக்க முகமெங்கும் அலட்சியம் பொதிந்த புஸுபுஸு ரோமம் கற்றாழை முட்களாய் நீண்டிருந்தன. முகம் வடிவமிழந்து மொழு மொழுவென சதைக்கோளமாய் மாறிப் போயிருக்க, இடுப்புச் சதை புரள கால் எட்டிப் போடும் இரண்டு பெண் மணிகளின் நடையில் நிலம் அதிர்ந்தது. வண்ண வண்ணக் குடைகளால் முகத்தை மறைத்த பெண்களின் நடையில் புழுதிப்படலம். காய் கறிக் கூடை மறைத்தவளின் வற்றிய புட்டத்தின் குலுங்கலில் நலுங்கியது ஒரு நூறு வருஷ நடை. வாகனத்தில் பறந்து போகி றவனின் உடல் காற்றில் பட்டு, நிலம் காற்று ஆகாயம். வீடு திரும்பும் பள்ளிக்கூடச் சிறார்களின் நேர்கொண்ட முகத்தைப் பார்க்க முடியாமல் முதுகில் கூன். தெருமுழுக்க நடந்து வந்த வனின் தூரத்தே வெறித்த பார்வையில் விரக்தி. ஒரு கிழ நரியின் ஆசுவாசத்தோடு அவனது ஆகிருதி...

"அந்த மனிதனிடமிருந்து நிகோடின் வாசனை வீசுகிறதே... உன்னால் உணர முடியவில்லையா...?" என்றான் அவன்.

நான் எனது நாசியைச் சுண்டினேன். குபீரென வீசியது நெடி.

மனிதத்தின் ரூப அரூபங்களில் ஆட்பட்டு மெல்ல மெல்ல அந்த உலகத்தில் புதைந்து போக ஆரம்பித்தோம்.

முன் வழுக்கையை மறைத்து வழியும் கேசம் அண்ணாந்து நிமிர்கையில் பளீரென்ற நெற்றி அனலாய்ச் சொடுக்கியது. அமுங்கிப் போயிருக்கும் மூக்கும் உதடுகளும் புன்னகை கக்க, கண்களில் பாதாளம் இருள, எலும்புகள் இறுகும் தாடை ஏதேதோ தோற்றங்களை உருக்கொள்ள, என்னை நோக்கி உயர்த்தும் கையில் விரல்களாய் சாவிகள்... ஹோவ், அவர் என் கணவரா...

எனது கணவர் வீட்டிலிருக்கும் போது அவன் மாயமாய் மறைந்து போய் விடுவான். அவர் போன சற்றைக்கெல்லாம் குறுஞ்சிரிப்பு சிந்தியபடி தோன்றுவான். செஸ் விளையாடுவோம், உதடுகள் குறுகுறுக்க. சமைப்போம், வெங்காயத்தைக் கண்ணீர் வழிய அவன் நறுக்க. துணிகள் துவைப்போம், சோப்பு நுரையை முகத்தில் ஊதி அவன் வெடிக்க. தலைகீழ்த் தோற்றங்களின் ஆன்ம திருஷ்டியால் நெளிபடும் தரிசனங்களை விவாதிப்போம். சம்பாஷணையின் முடிவில் எம்ப்ராய்டரிங் சட்டத்தில் அவன் முகத்தை நெய்திருந்தேன். இவ்வளவு அற்புதமானதா அவன் முகம்?

முகத்தில் ஓடியிருந்த வர்ணப் பூச்சுகளைக் கவனித்துக் கொண்டிருந்தபோது, அலுவலகக் களைப்புடனும் கனத்த பெருமூச்சுடனும் எனது கணவர் வந்தார். நான் நீட்டிய சாயங் கால நேரத்துக் காஃபியைச் சுவைத்துக் கொண்டே தனது பையிலிருந்த ஒரு புத்தகத்தைக் கனிவுடன் எடுத்து நீட்டினார். நான் ஆவலுடன் வாங்கிய மறுகணம் சுருங்கிப் போனேன். ‘நவீன வகை எம்ப்ராய்டரிங் செய்வது எப்படி?’

“நீ செய்திருக்கிற ‘வெல்கம்’ எம்ப்ராய்டரிங் ஒண்டர்ஃபுல். அதா உனக்கு ஒரு ஸ்வீட் ஸர்ப்ரைஸ்... உனக்கு ரொம்பப் பிடிச்ச ஹாபி...” என்று பெருமிதமாய்ச் சிரித்தார். மனைவியின் விருப் பத்தைக் குறிப்புணர்ந்து நிறைவேற்றும் அன்பான புருஷன்!

இரவு படுக்கையில் ஏதேதோ பேசினார். தனது அலுவலக நண்பர்கள் தங்களது மனைவிமாரை எப்படி நடத்துகிறார்கள், தான் எவ்வளவு சுதந்திரமாக நடத்துகிறேன் என்று பல்வேறு நிகழ்ச்சிகளை சுவைபடச் சொன்னார். நாட்டு நடப்புகளையும் தெரிந்து கொண்டு விவாதிக்க வேண்டும் என்று டி.வி., செய்தித் தாள்கள்...

எல்லாம் முடிந்து நாங்களிருவரும் உடலுறவில் ஈடுபட்டுக் கொண்டிருந்தபோது, சட்டென அவரது அமுங்கிப்போன

கௌதம சித்தார்த்தன் | 47

மூக்கு அகன்ற கத்தியாய் கூர்மை பெற்றது. கடவுளே, எனது கணவருக்குப் பதிலாக அவன்!

தேகமாத்யந்தமும் தீ மாரி. அற்புதங்கள் தடவிய அந்தத் தீண்டலின் இன்பம் ரத்த ஓட்டத்தில் பாய்ந்து கபாலமெங்கும் வெப்பம் சூழ்ந்து படர்ந்தது. அவனில்லாவிட்டால் வாழ்க்கையே அஸ்தமித்துவிடும் என்கிற நிலைக்கு மெல்ல மெல்லத் தள்ளப் பட்டேன்.

சட்டென சமீப காலங்களில் எனது கணவரின் முகம் சட்டை யுரிய ஆரம்பித்திருந்தது.

மாலை நானும் அவனும் பேசிக் கொண்டிருக்கும்போது கதவுக்கு வெளியே காதுகளின் கூர்மை முதுகைத் துளைக்கும். எழுந்துபோய் கதவைத் திறந்தால், ‘ஹி..ஹி.. இப்பத்தான் வந்தேன்...’ அசடு வழியும் விகார முகத்துடன் கணவர்.

திடீரென பகல் நேரங்களில் அலுவலகத்துக்கு விடுப்பு போட்டுவிட்டு வந்துவிடுவார். ‘ஒரே தலைவலியா இருக்கு... அதா லீவ் போட்டு வந்துட்டேன்...’ என்பார் நாலாபுறமும் கண்களைச் சுழற்றியபடி.

இரவு தூக்கத்தில் திடுமென விழிப்பு வந்து எழுந்து பார்த்தால், டார்ச்லைட் வெளிச்சத்தில் டேபிள், பீரோ, புக்செல்ஃபீப் என்று அறையெங்கும் குடைந்து கொண்டிருப்பார்.

திடுமென ஒருநாள் அவன் உருவம் நெய்த எம்ப்ராய்டரிங் சட்டத்தைக் காணவில்லை. சப்த நாடியும் பதறிப் போனவளாய் பீரோ, டேபிள், சமையலறை, பாத்ரூம் என்று இண்டு இடுக்கு விடாமல் தேடிப் பார்த்தேன். வீட்டையே தலைகீழாய் புரட்டிப் பார்த்தேன், ம்ஹூம்.

அவனுக்காகக் காத்திருந்தேன். அவன் வந்ததும் முதல் வேலை யாக அவனைப் பிரதி செய்ய வேண்டும். வேறு ஒரு எம்ப்ராய் டரிங் சட்டத்தை எடுத்து, வெல்வெட் துணி பொருத்தி, நூல் கண்டுகளைப் பரப்பி, ஊசியில் நூல் கோர்த்து...

ஆயிற்று, விளையாட்டுப்போல் ஒரு வாரமாகிவிட்டது. செஸ் காய்கள் அவனின் தீண்டலுக்காய் சோகமணிந்து காத்திருக் கின்றன. புத்தகங்களின் பக்க மடிப்பில் சொருகிய விவாதங்கள் கிரீச்சிடுகின்றன. அவன் இல்லாத உலகத்தை நினைத்துப்

பார்த்தாலே நெஞ்சு வெடித்துச் சிதறும் கோரம். சட்டென டி.விக்கு இரண்டு கொம்புகள் முளைக்க ஆரம்பித்து விட்டன. உம்மனா மூஞ்சியாய் முகம் மாறிப்போன சமையலறையும், அழுக்கணிந்து மோளியாய்த் தூங்கும் ஆடைகளும். அவன் வர வில்லை. கண் முன்னால் விரிந்து கிடக்கிறது தலைகீழ் உலகம், வெறிச்சிட்டுப்போய்.

வழக்கம் போன்ற அலுவலகம் புறப்படலாக இல்லாமல் அன்று என் கணவர் மிகவும் உற்சாக வயப்பட்டிருந்தார். இந்த ஒரு வாரமாக இப்படித்தான் இருக்கிறாரோ? ஒரு சினிமாப் பாடலை சீழ்க்கையடித்தவாறே தலைவாரிக் கொண்டிருந்த அவரது கண்களில் ஆனந்தக் குரூரம் தாண்டவமாடியது. மீசையை முறுக்கி விட்டுக் கொண்டே தனது உருவத்தைக் கண் ணாடியில் ரசித்தவர் என்னைப் பார்த்துக் கண் சிமிட்டினார்.

“ஏன் குடிமுழுகிப் போன மாதிரி இருக்கே... ம்?”

“நான் ஒரு எம்ப்ராய்டரிங் செஞ்சிருந்தேன்... அதைக் காணோம்...”

“ஹ்ஹாஹாஹாஹாஹா” அவர் சிரித்தார். “அவன் வர மாட்டான்...”

எனக்குச் சடுதியில் புரிந்து போயிற்று. அப்படியானால்... தொண்டைக் குழிக்குள் மாட்டிக் கொண்ட வார்த்தைகளின் நெரிபடலில் முகம் வெளிறிப் போக அவரை ஏறிட்டேன்.

“நோ, கற்பனையாகவேயிருந்தாலும் இந்த விஷயம் எனக்கு சுத்தமாகப் பிடிக்கலே... அருவருப்பா இருக்கு. அதா, அந்த எம்ப்ராய்டரிங் சட்டத்தை எரிச்சிட்டேன்...”

சட்டென எனக்குள் ப்ரக்ஞை தவறியது. நான் நின்றிருந்த நிலம் நழுவ, கிணற்றுக்குள் எனது கணவரின் கீச்சொலி அறைந்து அறைந்து வீழ்ந்தது.

“மறந்துடு... அது ஒரு விஷயமேயில்லை... ம் அப்புறம் இன்னிக்கு நேரமே வர்ரேன். இன்னிக்கு ஒரு ஃபங்ஷன் இருக்கு. டிரஸ் சேஞ்ச் பண்ணிட்டு ரெடியாயிரு....ஓ.கே...” என்று செல்லமாகக் கன்னத்தைத் தட்டி விட்டுப் போனார்.

சட்டென மயானத்தின் வாசனை வீடெங்கும் பல்கிப் பெரு

கியது. அவரது அறையின் ஓரத்தில் சாம்பல் குவிந்து கிடந்தது. நான் கைகள் நடுங்க அவனது அஸ்தியைத் தொட்டேன். எனக்குள் பாய்ந்தது மின்சாரம்.

இந்த நிலை எந்நேரம்வரை நீடித்ததோ, நான் எழுந்தபோது உயிர்ப்பற்ற சூப்பிய சதைப் பிண்டமாய் மாறிப் போயிருந்தேன். யோசிக்கவோ, செயல்படவோ முடியாது ஸ்தம்பித்திருந்தது இயக்கம். நான் என் வசத்தில் இல்லை.

என்ன செய்வதென்று தோன்றாமல் நின்றிருந்தேன். சாம்பற் குவியலின் வெண்மை உறுத்தியது. அவிந்த சாம்பலைக் கூட்டி முறத்தில் அள்ளி எடுத்தேன். மெதுவாக நடந்துபோய் மாடி யின் கைப்பிடிச்சுவரில் விரக்தியுடன் சாய்ந்து கொண்டு கீழே பார்த்தேன்.

அவன் அறிமுகப்படுத்திய உலகம்!

கீழே தெருவில் மனிதர்களின் தலைகீழ் தரிசனம் விரிந்து கொண்டிருந்தது. அந்தக் காட்சிகளில் என்னைப் பொருத்தி, காலங்களற்று அதில் ஆழ்ந்து போய் நின்றிருந்தேன். ‘இனி அவன் அந்த உலகத்தை அறிமுகப்படுத்த வருவானா?’ சட்டென கையிலிருந்த முறம் அசைந்து கொடுத்தது.

அதைத் தூக்கி அந்த உலகத்துக்குள் அவனைக் கீழே கொட்டி னேன்.

சாம்பல், தூவிகளாய் சுழன்று பூமியை நோக்கி விரைய, ஹோவ்... அற்புதமான காட்சி... ஆமாம், அவனேதான், சாம்பல் படலத்தின் மெல்லிய ஸல்லாவில்... கடவுளே, அவன் கீழே தெருவில் நின்று கொண்டிருந்தான்.

என் மயிர்க்கால்களெங்கும் பூக்கள் மலர கையை அசைத் தேன். பலமனைத்தையும் ஒன்று திரட்டி இரண்டு கைகளையும் தட்டினேன். கணீரென்ற மணியின் வெண்கல நாதம் வெளிகளில் ஊடுருவியது.

அவன் சட்டென அண்ணாந்தான். ஹோவ்... அவனது மூக்கு கற்பாறையைப் பிளந்து திமிறி நிற்க, என் கண்களைக் கொத்தி யது அற்புதம்.

மஹோன்னத கணங்கள் உடம்பெங்கும் சூழ, எனக்குள்

படீரென ஊற்றுக்கண் உடைந்து நெஞ்சில் பாய, பாயுமிட மெல்லாம் தூய்மைப்படுத்திக் கொண்டு உடம்பு எல்லைகளற்று விரிந்தது. என் அக்குளில் சிறகு முளைப்பதை உணர்ந்தேன்.

(மே - ஜுன் - 1993. நன்றி: உன்னதம்)

தொப்புள் கொடி

கெச்சங்களின் இசைச் சிரிப்பு அந்தக் கிராமத்து மண்ணில் வெடித்துச் சிதறிய போது, சாயங்கால நேரத்துப் பொழுது ஆச்சரியத்துடன் மேற்கில் சரிந்தது. கூடு திரும்பிக் கொண்டிருந்த நாரைகளும் பக்கிகளும் ஒழுங்கு கலைந்து தலையசைத்துத் திரும்பிப் பார்த்தன. வாய்க்கால் கரையோரம் சோர்வாய் ஊர்ந்து கொண்டிருந்த பெண்களின் கால்கள் ஒரு லய அசைவில் நடைபோட்டன. அந்தச் சலங்கைகளின் நாத ஒலி தொப்புளான் வீட்டிலிருந்து தான் வந்த கொண்டிருந்தது என்பது எல்லோருக்குமே பரபரப்பாகவும் அதிசய மாகவும் இருந்தது.

கெச்சங்களின் அசைவில் மாத்திரம் எப்படி அந்த அற்புதமான நாதம் சாத்தியமாகிறது? சாணம் மெழுகிய வாசலில் ஆடிக் கொண்டிருந்தான் சிறுவன். அவனது பிஞ்சுக் கால்களின் குதியாட்டம் நிலத்தை அதிர வைத்துக் கொண்டிருந்தது. அவனைச் சுற்றிலும் அவனது சேக்காளிச் சிறுவர்கள் குழுமி நின்று

ஆரவாரத்துடன் ரசித்துக் கொண்டிருக்க, குலுங்கின கெச்சங்கள். இசையரவம் கேட்டு அக்கம்பக்கத்தினர் கூடி வேடிக்கை பார்க்க, கால்களில் அவிழ்ந்த நாதம் காற்றில் கலந்து அந்தப் பிராந்தியமெங்கும் எதிரொலித்தது.

தொப்புளானுக்கு சாட்டையால் வீசியதுபோல அந்த இசையின் எதிரொலி உடம்பெங்கும் சொடுக்கியது. மதம் பிடித்தவன் கணக்காய் இசையை நோக்கி காலெட்டிப் போடப் போட, இசை சமீபித்தது. அது தனது வீட்டிலிருந்துதான் வருகிறது என்று தெரிந்ததும் சர்ப்பத்தின் இரைச்சலோடு நடக்க ஆரம்பித்தான்.

அவனது மைந்தன்தான் என்னமாய் சுழன்றாடுகிறான்? தனது மகன் காலடி எடுத்துச் சுற்றும் ஒயிலிலும் கெச்சங்கள் குலுங்கும் ஒலிச் சிதறல்களிலும் தன்னை மறந்தவனாய் லயித்துப் போய் நின்றான். அந்த இசை சட்டென மகுடியின் நாதமாய் உருமாறிப் போயிற்று. அவனது இரைச்சல் அடங்கி, மெல்ல மெல்லத் தலையாட்ட ஆரம்பித்தான்.

இந்நிலை வெகு நேரம்வரை நீடிக்கவில்லை. சட்டென பிரக்ஞை வந்தவனாய் அவனது மகன்மேல் பாய்ந்தான்.

காலங்காலமாய் அடக்கிவைத்திருந்த எல்லா விஷயங்களுக்கும் எதிரான பாய்ச்சல் அது. "ஏண்டா மூதேவி, ஆட்டம் போடறியா ஆட்டம், படிக்கிற பயலுக்கு ஆட்டம் என்னடா வேண்டிக் கெடக்கு... பரதேசி நாயே" ஆவேசம் வந்தவன் போல் கண்மண் தெரியாமல் விளாச ஆரம்பித்தான் தொப்புளான். பையனின் சேக்காளிகள் சிதறி ஓட, பையனைத் துரத்தித் துரத்தி அடிப்பதைத் தடுத்தனர் பக்கத்திலிருந்தவர்கள். அவனது மனைவி ஓடி வந்து பையனைப் பாதுகாத்து தொப்புளானைத் திட்டியவாறே வீட்டிற்குள் அழைத்துக் கொண்டு போனாள்.

ஓரிரு நிமிஷங்கள் என்ன செய்வதென்று தெரியாமல் அப்படியே நின்றிருந்தான் தொப்புளான். பிறகு மெல்ல சுற்றிலும் நோட்டம் விட்டபோது, அவன் மட்டும் தனியாக வாசலில் நின்று கொண்டிருப்பதை உணர்ந்தான். திடுமென கெச்சங்களின் விசும்பல் ஒலி கேவியது. வாசலில் சிதறிக் கிடந்த உடைந்து போன கெச்சங்களின் முத்துக்கள் அவனது நினைவுக் குளத்தில் கற்களாய் விழுந்து அலையோடின.

கௌதம சித்தார்த்தன் | 53

ஜல் ஜல் ஜலங்... ஜல் ஜல் ஜலங்... என்று கால் சலங்கைகளின் சத்தம் ஒரே சீராகக் கேட்டது. ஆட்டக்காரர்கள் உறுமியின் கை வரிச்சலுக்கேற்ப அங்கங்களை நளினமாக அசைத்து மானாய்த் துள்ளிக் கொண்டிருந்தனர். பறையொலியின் தாள அசைவிற் கேற்ப கெச்சங்கள் பேசிச் சிரித்தன. புதியதாய் ஆட்டம் கற்பவர்கள் ஆட்டக்காரர்களின் வரிசைக்கு அடுத்தாற்போல நின்றுகொண்டு, அவர்கள் காலடி எடுத்து வைத்துச் சுற்றுவதை உன்னிப்பாகப் பார்த்துச் செய்து கொண்டிருந்தனர். சுற்றிலு மிருந்த ஜனத்திரளில், இவர்கள் தப்பும் தவறுமாக அடியெடுத்து சுற்றும்போதெல்லாம் சிரிப்பு வெடித்துக் கிளம்பியது. இளவட்ட ஆட்டக்காரர்கள் பூப்போட்ட சிலுக்கு கர்ச்சீப்புத் துணியை கையில் வைத்து சுற்றிக்கொண்டிருந்தார்கள். கொஞ்சம் வயதான வர்கள் வெட்கப்பட்டுக்கொண்டு துண்டை வைத்துச் சுற்றி னார்கள். எர்ர நாய்க்கர்தான் சொல்லுவார், 'அந்தக் கருமத்தை யெல்லாம் வெச்சிச் சுத்த நாமென்ன தண்டுவப் பசங்களா?'.

தொப்புளான்தான் அந்த எட்டுப்பட்டிக்கும் ஆட்டம் சொல்லிக் கொடுக்கும் வாத்தியார். மனித உடலில் சுருண்டி ருக்கும் அபூர்வமான அடவுகளை தேவராட்டமாகவும் ஒயிலாட்டமாகவும் மாற்றிவிடுவதில் மகா விற்பன்னன். உறுமியும் பறைக்கொட்டுகளும் முழக்கமிடும் தாளகதியை, ஆட்டக்காரர்களின் கால் கெண்டை மடிப்புகள் உள்வாங்கி நளினமான அடவுகளாய் விரியும் கலாரூபத்தின் அற்புதத்தை தேவராட்டத்தில் நிகழ்த்திக் காட்டுவான். கொட்டுக்களேது மில்லாமல், கெச்சங்களின் இசைச்சுருதி மட்டுமே பங்குபெறும் ஒயிலாட்டத்தில் கால்களின் திசையை வாத்தியாரின் பாட்டுக் களே தீர்மானிக்கும். புராண காவியங்களை உடலின் மொழி யால் எழுதிக்காட்டும் ஆட்டக் கலையின் நுட்பமான வீச்சுக்களை வீசுவதற்கு அந்தச் சுற்று வட்டாரத்திலேயே அவனைத் தவிர வேறு ஆளில்லை. அதேபோல, வருஷா வருஷம் சாமிக்குப் பொங்கல் உண்டோ இல்லையோ கோயில் மைதானத்தில் ஆட்டம் கட்டாயம் உண்டு. எந்த ஊரில் பூச்சாட்டினாலும் உடனே ஆஜராகி விடுவான் தொப்புளான். கோயில் பூச்சாட்டியதும் ஒரு வாரத்திற்கு ஒரே ஆட்டம் பாட்டுத்தான். உழைத்துக் களைத்தவர்கள் இரவு நேரங்களில் தலை சாய்த்து ஓய்வெடுக்க முடியாமல் கெச்சங்களின் சத்தம் சுண்டியிழுக்கும். தங்கள் கவலைகளை மறந்து கொஞ்ச நேரம் மகிழ்ச்சியூட்டிக் கொள்ள, சக மனிதர்களிடத்தில்

அன்யோன்யமாய் சிரித்துப் பேச, ஊராருக்குத் தங்கள் இருப்பை நிரூபணம் செய்ய ஆட்டம் என்கிற நளினமான கலை பெரிதும் பயன்பட்டது. பகல் முழுவதும் சூர்யனுக்குக் கீழே உழைத்துக் களைத்த கறுத்த உடம்புகள் இரவில் சந்திர ஒளியில் துள்ளிக் குதிக்க போதையேற்றிக் கொண்டுதான் களத்தில் இறங்க வேண்டியிருந்தது. சுருதி குறையும் போதெல்லாம் ஏற்றிக் கொள்வதற்கு வாகாகப் பக்கத்திலேயே கடை விரித்திருந்தான் சுண்டக்காயன்.

ஆனால், வாத்தியாருக்கு இதெல்லாம் ஒத்துவருவதில்லை. முற்றிய எருக்கன் இலையைத் தீக்கணப்பில் சூடுபடுத்தி, சுருளாகச் சுழற்றி, கஞ்சா இலையை ஒரு மூணு சொட்டு நீர் இட்டு, மாவு போல் உள்ளங்கையில் வைத்து உருட்டி, சுருளில் அடைத்துப் பற்றவைத்து குப் குப்பென்று லாவகமாய் உறிஞ்சும் அழகில், இளவட்டங்களும் கைநீட்டுவார்கள். வாத்தியார் என்றால் எட்டு ஊருக்கும் ஒரு தனி மரியாதை. ஊர்ப்பட்டக்காரர் அவனைக் கைலாகு கொடுத்து வரவேற்பதில் பெருமை கொள் வார். ஆட்டக்காரர்களில் நன்கு ஆடுபவனைத் தோளில் தட்டி மெச்சிக் கொள்ளும் வாத்தியாரிடம் பாராட்டுப் பத்திரம் வாங்கு வதே இளவட்டங்களின் இலக்காக இருக்கும். 'ஆட்டத்தில் மெடல் வாங்கிய பெத்தண்ண ராஜுவையே தண்ணி காட்டிய வனாக்கும்' என்று அடிக்கடி மார்தட்டிக் கொள்வான். மேளத் தின் உறுமலுக்கேற்ப மான் துள்ளிக் குதிக்கிறாற்போல, பறவை பறக்கிறாற்போல, மீன் நீந்தி விளையாடுகிறாற்போல குதி காலைப் பூமியில் தட்டி கெச்சத்தைப் பேச வைத்து கர்ச்சீப்புத் துணியைச் சுற்றுகிற அழகில் ஊர்ப்பெண்டுகளை வசீகரம் செய்து விடுவான்.

ஒரே சீராய் ஆடிக்கொண்டிருந்த ஆட்டம் கொஞ்சம் கொஞ் சமாய் விசையேறியபோது வாத்தியார் ஆடுவதை நிறுத்திவிட்டு சீழ்க்கை அடித்தான். கொட்டுக்காரர்கள் தப்பட்டைகளைச் சூடு படுத்திக் கொள்ள தீக்கணப்பருகில் போக, ஆட்டக்காரர்கள் வேர்வையைத் துடைத்து விட்டுக் கொண்டே பெண்டுகள் குழுமியிருந்த திக்கில் நோட்டம் விட்டார்கள்.

சிறிது நேரத்தில் அடுத்த ஆட்டத்திற்கு தயாராவதற்கு அறிகுறி யாய் சிணுக்குத்தாளம் கொட்டி அறிவித்தார்கள் கொட்டுக் காரர்கள்.

ஒவ்வொருமுறையும் ஒரு ஆட்டம் முடிந்து மறு ஆட்டம் ஆரம்பிக்கும்போது விருத்தம் பாடித்தான் ஆரம்பிக்க வேண்டும். அந்தச் சுற்று வட்டாரத்திலேயே விருத்தம் போடுவதில் பிரசித்த மானவன் கோயிந்தசாமிதான். தனது கம்பீரமான குரலெடுத்து விருத்தம் சொல்வதற்கும், கொட்டுக்காரர்கள் 'சா..மி' என்று பின் குரல் போடுவதற்கும் அந்த நிகழ்ச்சியே தனிக்களை கட்டும்.

மாரியம்மன் கோயில் ஆட்டத்திற்கு ஒரு வகை விருத்தம், கல்யாண மற்றும் சுபகாரியங்களுக்கு ஒருவகை விருத்தம், எழவு காரியங்களுக்கு வேறு வகை விருத்தமென்று பல்வகைப்பட்ட விருத்தங்கள் அத்துபடி. காரியங்களுக்கேற்ப ஆடுகிற கால்களின் மனோநிலைகளை மாற்றி பூரணமாக அதிலேயே லயிக்கச் செய்வதில் கெட்டிக்காரன்.

கொள்ளை வறுத்து வெச்சி...

சா..மி

கொளுந்தியாளைப் பக்கம் வெச்சி...

சா..மி

கொளுந்தியா பக்கமிருக்க...

சா..மி

கொள்ளுபோன மாயமென்ன, கொட்ரா மத்தளத்தை...

மத்தளம் முழங்கியது.

மறுபடியும் ஆட்டக்காரர்கள் சீரான வரிசையில் நிற்க, ஆட்டம் ஆரம்பமாகியது. இன்று கடைசிநாள், ஆட்டம் விடிய விடிய நடக்கும். விடிந்தால் பொங்கல். ஊரே கோலாகலம் பூண்டு நிற்கும். காலையில் மாவிளக்கு எடுப்பதற்கு இப் போதிருந்தே மாவு இடிக்க ஆரம்பித்திருந்தனர் பெண்கள். மாவிளக்கு எடுத்துவரும் போது இளவட்டங்கள் கோயில் கிணற்றுத் திண்டில் உட்கார்ந்து கொண்டு முறைப் பெண்களிடம் வம்பு பேசுவார்கள். அவர்களும் பதிலுக்குக் கேலி பேசிச் சிரிப்பார்கள். மாவிளக்கு எடுத்து முடிந்ததும் கிடாப் பொங்கல். கிடா விருந்துக்கு வெளியூரிலிருந்து சொந்த பந்தங்கள் சாரிசாரியாய் வந்திறங்குவார்கள். அரைவேக்காட்டுக் கறி செரிக்கவும், வருஷத்திற்கு ஒருமுறை வரும் பொங்கலைக்

56 | பச்சைப் பறவை

குதூகலமான முறையில் கொண்டாடவும் சாராயம் தேடுவார் கள். மாலையில் விருந்தினர்களாக எழுந்தருளியிருக்கும் வெளியூர் ஆட்டக்காரர்கள் கலந்து கொள்ளும் கிராமிய வரலாற்றுச் சிறப்பு மிக்க ஒயிலாட்டம் துவங்கும். தான் உயிர் வாழ்வதே இதுபோன்ற உன்னதமான கணங்களுக்காகத்தான் என்கிறாற்போல் முகமெங் கும் தேஜஸ் ஒளிர, சுழன்று சுழன்று விளையாடும் வாத்தியாரின் கால்கள்.

கொட்டுக்காரர்களின் சுதி குறைந்து கொண்டே வருவதை உறுமியின் வரிச்சல் உணர்த்தியது. எட்டாம் அடி ஆட்டத்திற் கான விசை இவ்வளவு மந்தமாய்ப் போவதை சகிக்க முடியாத வாத்தியார் ஒரு நீண்ட சீழ்க்கையடித்தான். கொட்டுக்காரர்கள் சுரத்தில்லாமல் தீக்கணப்புக்குப்போக ஆட்டம் பார்த்துக் கொண்டிருந்தவர்களிடமிருந்து ஓர் அயர்ச்சியலை எழுந்தது. ஒயிலாட்டத்துக்குப் போகலாமென ஆட்டக்காரர்களில் சிலர் குரல் கொடுக்கவே, வாத்தியார் தலையை ஆட்டி சரியென்று சொல்ல ஆட்டக்காரர்களின் வரிசை மாறுபட்டது. இளைஞர்கள் ஆனந்தமாய்க் குதித்துக் கொண்டு அணி திரள, வயசானவர்கள் விடுபட ஆரம்பித்தனர்.

தேவராட்டத்தைவிடவும் ஒயிலாட்டத்தின் அடவுகள் நுட்பம் மிகுந்தவை. உடலின் அங்க அசைவுகளை சுழட்டிப் போடும் லாவகம் கொண்டவையாதலால், பார்வையாளர்களின் மத்தி யில் கிறக்கத்தை ஏற்படுத்துபவை. பறைக்கொட்டுகளில் வெறு மனே சுற்றும் காலடியின் அடவுகள் இதற்குப் பொருந்தா.

ஆட்டக்காரர்கள் குதிதாளம் போட்டுக் கொண்டு நிற்க, முன் வரிசையில் நடுவாந்திரமாய் நின்று கொண்டிருந்த வாத்தியார் காலடி எடுத்து வைத்துப் பாட ஆரம்பித்தான்.

அரிச்சந்திர காண்டத்தில் லோகிதாசனைப் பாம்பு கொத்திப் பிடுங்கும் படலத்தைக கண் முன்னாய் நிகழ்த்திக் கொண்டி ருந்தார்கள் கலைஞர்கள்.

“பாம்பு வருகுதையா — பழிகாரப் பாம்பு வருகுதையா”

ஆட்டக்காரர்கள் ஒரே குரலெடுத்துப் பாடி காலெடுத்துப் பாம்பாகச் சுழற்ற,

“பாம்பு வந்திட... படமெடுத்தாடிட...” என்ற அடியை வாத்தி

யார் பாடிக்கொண்டிருந்த போதுதான் அது நிகழ்ந்தது. பரபரப் பாக ஓடி வந்த ஒருவன் மூச்சிறைக்க வாத்தியாரின் காதில் ஏதோ சொல்ல, வாத்தியார் முகம் சட்டென இருளடைய, ஆட்டம் அப்படியே ஸ்தம்பித்துப் போய் நின்றது.

சற்றைக்கெல்லாம் அந்தக் கரிய இரவின் இருளைக் கிழித்துக் கொண்டு தீப்பந்தங்களோடு ஊர் மக்கள் ஓடினார்கள். வாத்தியாரின் நெஞ்சில் பாடாமல் விட்ட அடி எதிரொலித்தது. 'அய்யகோ நான் என்ன செய்குவேன் — என் லோகிதாசா அய்யகோ நான் என்ன செய்குவேன்.'

அதிகாலைக் குளிரில் விறைத்தபடி கோயில் மைதானத்தின் முன்பு ஊரே திரண்டிருந்தது. ஒரு இளம் பெண்ணும் ஒரு வாலிபனும் கைகளைக் கட்டிக் கொண்டு சபையின் நடுவில் குனிந்த தலையுடன் நிற்க, செத்துப் போன முகத்தோடு நின்றி ருந்தான் வாத்தியார். கோயில் திண்டில் அமர்ந்திருந்த பட்டக் காரர்கள் 'பொங்கலண்ணிக்கு இப்பிடி ஒரு குத்தமா?' என்று பொருமியவாறிருந்தனர்.

ஊர்மக்களின் குசும்புப் பேச்சுகளையும் குதர்க்கங்களையும் ஒதுக்கியெறிந்துவிட்டு வையா நாய்க்கர்தான் ஆரம்பித்து வைத்தார். "வாத்தியார் பொண்டாட்டியும் வெள்ளையனும் ஆசைப்பட்டிருக்காங்க... ஊரை விட்டு ஓடிப் போய்டலாம்னு பாத்தபோது, நாம புடிச்சி சபைக்குக் கொண்டாந்துட்டம்... அவுங்க இப்பிடிப் பண்ணினது ஊர்க்குத்தம்.. இந்த நாயத்தை பட்டக்காரங்கதான் பேசித் தீக்கோணும்.."

பட்டக்காரர்கள் விசாரிக்க ஆரம்பித்தனர். அவர்களிருவரும் மௌனமாக உண்மையை ஒத்துக் கொள்ளவே, வாத்தியாரை விசாரித்தனர். "என்னப்பா தொப்புளா.. உம் பொண்டாட்டி வெள்ளையம் பயலோட ஓடப் பாத்ததென்னமோ நெசந்தான்... ஆனா நாம புடிச்சிக் கொண்டாந்திட்டம்... அதனாலே நீ உம் பொண்டாட்டியைக் கூட்டிட்டுப் போயி பொளைக்கறே யில்லே...?"

அவன் யோசித்தான். இது எப்படி நியாயம்? எனக்குத் துரோகம் செய்துவிட்டு ஓடிப் போனவளுடன் மறுபடியும் வாழ்வது எந்த விதத்தில்? அவன் யோசித்துக் கொண்டிருக்கும் போதே அவள் வெடித்தாள். "நான் அந்த ஆளோட பொளைக்கவே முடி யாதுங்க..." வாத்தியாரின் பிடரியில் விழுந்தது மரண அடி.

அவன் சுதாரிக்கும் முன்பே உடலெங்கும் சவுக்கால் வீறியது போல சொடுக்கிச் சொடுக்கி இழுக்க ஆரம்பித்தாள்.

'வீடு என்று ஒன்று இருப்பதை மறந்துவிட்ட ஜென்மம் என்றும், வீடே தங்குவதில்லை என்றும், எப்போது பார்த்தாலும் ஆட்டம் ஆட்டம் என்று ஊர் ஊராய் சுற்றிக் கொண்டிருப் பவனுக்குப் பொண்டு புள்ளைகள் எதுக்கு என்றும்' ரணகளப் படுத்திவிட்டாள்.

வாத்தியார் சித்திரவதையின் வெம்மையில் மாய்ந்து போய் நின்றிருந்தான். கூட்டம் கொஞ்சம் கொஞ்சமாய்க் கலைய, முடி வில் சாமிக்குப் பூச்சாட்டிய கம்பம் மட்டும் நின்று கொண்டி ருந்தது.

மெல்ல மெல்ல ஊர் மக்கள் அந்த விஷயத்திலிருந்து விலகி பொங்கலை வரவேற்க ஆயத்தமானார்கள். மாவிளக்கு, கிடாப் பொங்கல், தீர்த்தக்குடம் என்று ஊர் களைகட்ட ஆரம்பித்தது. மாலையில் ஊர் மக்கள் ஆவலோடு எதிர்பார்த்திருந்த பிரபல மான ஆட்டக்காரர்கள் பங்கு கொள்ளும் பிரசித்தி பெற்ற ஓயி லாட்டம் துவங்கியது. வாத்தியார் எந்தவித சலனமும் இல்லாமல் ஆட்டக்காரர்களின் முன்னணி வரிசையில் பம்பரமாயச் சுழன்று கொண்டிருந்தான். வாத்தியார் பாட்டுக்கேற்ப கர்ச்சீப்புகள் சுழன்றன.

"போயினாள் போயினாளே... என் ஆரிய மாலா சூரிய பொண்ணு போடு சவாசு போடு சவாசு... போயினாள் போயினாளே.."

கலைஞன் தனது வாழ்க்கையையும் கலையாகவே காண் கிறான்.

அல்லி ராணியை இழந்த அர்ச்சுனராஜனின் அவலம் மைதானம் முழுவதும் கசிய ஆரம்பித்தது.

கூட்டத்தில் வேடிக்கை பார்த்து நின்றிருந்த ஒருவன், சலிப்பு டன் அருகிலிருந்தவனிடம் விசாரித்தான், "என்னடா, வாத்தி ஒப்பாரி வெக்கறான்?"

"அல்லிராணி போய்ட்டால்லே.. அதா அர்ச்சுனராசா அளுவறாரு..." என்று குறும்பாய் சிரித்தான் இன்னொருவன். "போடா கம்மனாட்டி.. பொம்பளய அடக்க முடியாம இப்பிடி பொட்டைக் கோழி மாதிரி அளுவறவ... எப்படி அர்ச்சுன

ராசாவா இருப்பா...?"

இருவரும் 'ஹோவ்' என்று இரைந்து சாராய வாசனையோடு சிரித்தார்கள். வாத்தியாருக்கு உடம்பெங்கும் சூடேறியது. நரம்புகள் விண் விண்ணென்று தெறிக்க, உச்சந்தலைமுடி விலுக் கென்று தூக்கிக் கொண்டது. 'ஹேய்' என்று தடுமாறியபடி ஆவேசக் கூச்சலிட்டுக் கொண்டு அவன் மேல் பாய, சற்றைக் கெல்லாம் மைதானத்தில் சிதறியிருந்த கிடா ரத்தத்தின் மேல் உருண்டு புரண்டு கொண்டிருந்தார்கள். வாத்தியாரின் காலில் கட்டியிருந்த கெச்சங்கள் அவிழ்ந்து உடைந்து சிதறின.

அந்தச் சம்பவத்திற்குப் பின் வாத்தியார் கெச்சங்களை ஏறெ டுத்துப் பார்ப்பதில்லை. மனதிலேயே ஒரு வைராக்கியம் வைத்துக் கொண்டான். தன்னை வாத்தியார் என்று அழைப்பதையே அடியோடு வெறுத்தான். அதற்குப் பின்னால் எத்தனையோ கிடாப் பொங்கல் அவனூரிலும், பக்கத்து ஊர்களிலும் வந்து போனாலும் ராஜ ஸ்வரம் இல்லாத அபஸ்வரங்களின் ஒலிதான் கெச்சங்களில் கசியும். அவ்வப்போது ஏதாவது விசேஷங்களில் பறைமேளம் ஒலிக்கும் போது அவனது கால்கள் சூடேறு வதை உணர்வான். அவனையுமறியாமல் கால்கள் தாளமிடும். சட்டென சுதாரித்துக் கொள்வான். கெச்சங்கள் கொஞ்சிய கால் களைச் சேற்றில் உழலவிட்டு, பச்சை வயல்வெளிகளில் அலைந்து கிடந்தவனுக்கு, அவனது அம்மாவும் உறவினர்களும் முயற்சி செய்து இரண்டாம் தாரம் கட்டி வைத்தார்கள்.

மறுபடியும் பழைய சிரிப்புடன், உற்சாகத்துடன், புதிய மனைவியுடன் கைகோர்த்து வாழ்க்கையை எதிர்கொள்ள குழந்தையின் மழலைமொழி தேனாய் இனித்தது. மனைவி, மகன், வீடு, வயல்வெளி என்று தனது பிரசித்தி பெற்ற கால் களை மறந்து போயிருந்தவனை இன்றைக்கு ஞாபகப்படுத்தி விட்டான் பையன்.

தொப்புள் கொடியின் அபூர்வபந்தம்.

உடைந்த கெச்சங்களின் முத்துக்களைப் பொறுக்கி எடுத்தான். அவனது உள்ளங்கையில் நாதம் சுரந்தது. அவற்றை வெறித்துப் பார்த்தான். தனது பழைய சிநேகிதனை வெகுநாள் கழித்து சந்திக்கும் ஆற்றாமை பொங்கியது. பெருமூச்சு விட்டுக் கொண்டே வீட்டிற்குள் நுழைந்தான்.

60 | பச்சைப் பறவை

அவனது மனைவி அடுப்படியில் வேலையாய் இருக்க, தனது புதல்வனைத் தேடினான். பையன் படுக்கையில் படுத்திருந்தான்; அழுத களைப்பின் தூக்கம். அருகில் சென்று தூங்கும் முகத்தைப் பார்த்தான். களங்கமற்ற முகம். மகனின் காலடியில் உட்கார்ந்து அந்த அற்புதமான கால்களைப் பார்த்தான். சுழன்று சுழன்றாடும் கலை வன்மையின் தரிசனம். மெல்ல தனது நடுங்கும் கரங்களால் மகனின் பிஞ்சுக் கால்களை வருட, அவனையும் மீறிக் கண்ணீர் முத்துக்கள் பையனது காலடியில் விழுந்து சிதறின.

(ஜுன் - 1988. நன்றி: மின்மினி)

மண்

1

அந்தப் பெண் அப்பொழுதுதான் குளித்திருந் தாள். அவளைச் சுற்றிலும் ஊர் மக்கள் சூழ்ந்து நிற்க, தலைவழிய இறங்கிய ஈரம் அவள் உடம்பெங்கும் படிகத் துளிகளாய் மின்னியது. நனைந்த கூந்தல் அள்ளி முடியாமல் இடுப்பில் புரண்டு கொண்டிருக்க, அவள் கட்டியிருந்த வெள்ளைப் புடவையெங்கும் ஈரக் கறை. முகமெங்கும் சவக்களை பாய்ந்து கண்கள் ஒளியிழந்து இருண்டிருந்த அவள் முகத்தின் இறுக்கத்தில் சபிக்கப்பட்ட தேவதையாய் நின்றிருந்தாள்.

மாரக்கா என்கிற பெண் பிள்ளையின் பெயரைக் கொண்ட கோயிலின் முன்பு அந்தக் கூட்டம் திரண்டிருந்தது. பத்துப் பதினைந்து வருஷங்களாக நடந்திராத விபரீதம். அந்த மக்களே மறந்து போயிருந்த அந்தக் கொடூரம் இன்று வெடித்துச் சிதறியிருக்கிறது. அக்கம்

பக்கத்திலிருந்தும், தூரத்து ஊர்களிலிருந்தும் மக்கள் வண்டி கட்டிக்கொண்டு வந்திருந்தார்கள். கூட்டத்தின் கடூர இரைச்சல், அந்தப் பெண்ணின் ஆழ்ந்த மௌனத்தைக் குதறியெடுத்தது. இளைஞர்களின் முகமெங்கும் வக்கிரம் கலந்த கிண்டல். பெண்களின் முகத்தில் தொக்கி நின்றதோ, பச்சாதாபம்; இயலாமை கலந்த கோபம்; காலங்காலமாய் சபிக்கப்பட்ட அழுகை.

திடுமென எழுந்த குலவைச் சத்தம் மனித இரைச்சல்களை அடக்கியது. உடனே கும்பல் கும்பலாய் திரண்டிருந்த மக்கள் அங்குமிங்கும் பரபரப்புடன் விரைந்தபடி கோவில் மைதானத்தில் நெருக்கியடித்துக் கொள்ள, குலவை ஓசை கொஞ்சம் கொஞ்சமாய் அதிகரித்தது. அந்தப் பெண்ணுக்குப் பக்கத்தில் நின்றிருந்த வண்ணாரப்பாவும், வண்ணாரம்மாளும் தயாரானார்கள். பதற்றத்துடன் அலைபாயும் கூட்டத்தை விலக்கி வழி ஒதுக்கிக் கொடுக்க முனைந்தனர் சிலர். அவள் முன்னே நீண்டு படுத்திருந்தது செம்மண் பாதை. தனது துணிமூட்டையை அவிழ்த்து நடை மாத்துகளை பாதை நெடுகிலும் விரிக்கத் தொடங்கினார் அவர். அவரது மனவோட்டத்தில் ராமாயணச் சீதையின் முகம் அலைபாய்ந்தது. அன்று நெருப்புப் பரீட்சை: இன்று நீர்ப் பரீட்சை.

இப்பொழுது குலவை ஒலி பெரிதாகியிருந்தது. கோயிலில் பூஜை ஆரம்பமாகியது. ஊர் மக்களனைவரும் பயபக்தியுடன் கைகளைக் குவித்தனர். பூசாரியின் கைகளில் அசைந்த மணியின் நாவுகள் சுழன்று சுழன்று அலற, அந்த அவல ஒலி அந்தப் பெண்ணின் உடம்பெங்கும் புகுந்து பிரக்ஞையூட்ட அவள் நிமிர்ந்தாள்.

அவள் முன்னே கற்பூரத்தட்டு. அவள் உடலெங்கும் எரியும் தீ, இப்பொழுது தட்டிலும். அருகிலிருந்த பெண்கள், 'சாமியை வேண்டிக்கோ' என்று சொல்ல, அவள் என்ன வேண்டுவது என்று யோசித்தாள். இந்த ஒரு வார காலமாக கடவுளிடம் அழுது தொழுது வேண்டாததையா கடைசி நிமிடங்களின் எச்சத்தில் கேட்டுவிடப் போகிறாள்? அவள் முன்னால் எரிந்து கொண்டிருந்த தீ அவளை விழுங்க நாக்குகளை நீட்டியது. அவள் மௌனமாய் சிரித்தாள். தீ பயந்து நடுங்கியது.

கடவுளுக்குப் படையலிட்டிருந்த அரளி மாலையை ஊர்ப்

பெரியவர் எடுத்துக் கொண்டு வந்து ஒரு கிழவியிடம் கொடுக்க அவள் அதை பயபக்தியுடன் பெற்றுக்கொண்டு வந்து அந்தப் பெண்ணின் கழுத்தில் போட, அந்த பிராந்தியமெங்கும் குலவையோசை. அம்மன் பீடத்து முன்னால் வைக்கப்பட்டிருந்த களிமண்ணால் பிணைந்த,வேகவைக்காத பச்சை மண்பானையை ஊர்ப் பட்டக்காரர்கள் தெண்டனிட்டுத் தொழுது,தூக்கி அந்தப் பெண்ணின் தலையில் வைத்தனர். பானையிலிருந்த தண்ணீர் அவள் உடம்பெங்கும் சிந்தித் ததும்பியது. பாதையெங்கும் விரிந்திருந்த வெள்ளை நிறத்தின் பளீர், அவள் கண்களுக்குள் மின்னலாய் வெட்டி வெட்டி இழுக்க, பெண்களின் அவலம் குலவையாய் மாறி கொத்திக் கொத்திப் பிடுங்க, அவள் தனது வலது பாதத்தை எடுத்து அந்தப் புனிதமான பாதையின் மேல் வைத்தாள்.

கல்லாகப் பொறந்திருந்தா

கடவுளாக் கும்புடுவா

மரமாகப் பொறந்திருந்தா

வெறகு வெட்டி வெச்சுக்குவா

மானாகப் பொறந்தாயோ — ஒரு

மயிலாகப் பொறந்தாயோ

பொண்ணாகப் பொறந்தாயே

பெருந்துன்பம் அடைஞ்சாயே...

அலத்தூர் பொம்மியம்மாவின் ஒப்பாரி அவள் ஞாபகத்துக்கு வந்தது.

அவள் நடந்தாள். காலுக்குக் கீழே பூமி மல்லாந்து விரிந்தது. தலைக்கு மேலே வானம் எல்லைகளற்றுப் பரந்தது. குலவை ஒலியின் நாராசம் திசைகளெங்கும் மோதிச்சிதற அவள் நடந்தாள். பரபரப்பின் பயங்கரமும், எதிர்பார்ப்பின் எல்லையற்ற பீதியும் நெளிந்தோட கூட்டம் அவள் பின்னே பாய்ந்தோடியது. ஊரை முழுவதுமாக ஒரு சுற்றுச் சுற்றி வலம் வந்து கோயிலை அடைந்த போது ஈர மண்பானை வேர்த்திருந்தது.

கடவுளே, இன்னும் இரண்டு முறை வலம் வர வேண்டும்.

தலைமேல் ததும்பியது வாழ்க்கை. அவளுக்குள் அலைபோல் எழும்பியது விரக்தி.ஜனங்களின் பரபரப்பான கூச்சலொலிகளும், குலவைச் சத்தத்தின் ஓங்காரமும் அவளைப் பைத்தியம் பிடித்து விடும் நிலைக்குத் தள்ள, இரண்டாவது சுற்றுக்கு காலடி எடுத்து வைத்தாள்.

திடீரென அவள் கண்களுக்கு எல்லாம் மறைந்து போய் ஒரு வெற்று வெளியில் தான் ஓடுவதை உணர்ந்தாள். அவள் தலைக்கு மேலே உலகத்தையே ஏற்றி வைத்தாற்போன்ற ஒரு பாரம் அவளை அழுத்திக் கொண்டிருக்க, அவள் பின்னால் காலடிகளின் கனத்த ஓசை செவிப்பறைகளில் மோதி அறைந்தன. காட்டுமிராண்டித்தனமான கூச்சல்களும், தீப்பந்தங்களும், வீச்சரிவாள், ஈட்டி முதலிய ஆயுதங்களும் அவள் முதுகை எரித்தன. தூரத்தில் அசைந்து அசைந்து அழைத்தது ஒரு வெளிச்சக்கங்கு. அதை நோக்கி ரெக்கைகளைக் கடைந்து கடைந்து அவள் பறக்க, அய்யோ, அவள் இறகுகள் எப்போது தீய்ந்தன? தீய்ந்த இறகுகளில் வழிந்தது ஈரம்.

இரண்டாவது முறை கோயிலை அடைந்தபோது கூட்டம் உற்சாகக் குரல் எழுப்பியது. குலவை ஒலி குமிழியிட்டோடியது. கொஞ்சம் கொஞ்சமாய் கூட்டத்தினரின் முகங்களெங்கும் மகிழ்ச்சி பூக்க ஆரம்பித்தது. வெற்றி பெற்றே தீருவோம் என்கிற எதிர்பார்ப்புடன் கூட்டத்தினர் கடைசி முறைக்காய் காலடி எடுத்து வைத்தார்கள்.

கூட்டத்தினரின் குதிகால் பதிவில் பாதை அதிர்ந்தது. எங்கும் உற்சாகத்தின் உச்சஸ்தாயி. சந்தோஷம், பரபரப்பு, திகிலுடன் அவர்கள் விரைவாய் நடக்க நடக்க, பெண்கள் முகமெங்கும் சொல்லவொணாப் பீதி படர்ந்து ஒளிர ஒளிர, குலவைச் சத்தம் அவசர அவசரமாய் ஒலிக்க, இயந்திர கதியில் அவள் வேகவேகமாய் நடக்க அந்தக் கொடூரம் நிகழ்ந்தது.

அவள் தலைமேலிருந்த ஈரமண் பானை கொஞ்சம் கொஞ் சமாய் விரிசல்பட்டு தண்ணீர் அந்தப் பெண்ணின் முகத்தின் மேல் வழிய ஆரம்பித்தது. அங்கு இயங்கிக் கொண்டிருந்த துரிதகதி அப்படியே ஸ்தம்பித்து நிற்க மெதுவாக குலவைச் சத்தம் தேயும் ஓசை. கூட்டத்தினரின் ஆர்வம் நொடியில் சுருங்கிப்போக பரபரப்பும் மகிழ்ச்சியும் காணாமல் போயின. சட்டென அந்த இடம் சவக்களை கட்ட ஆரம்பித்தது. அந்தப்

கௌதம சித்தார்த்தன் | 65

பெண்ணின் சொந்தக்காரப் பெண்கள் அழ அரம்பித்தார்கள். வண்ணாரம்மா, மேற்கொண்டு துணிகளைப் பாதையில் விரிக்க லாமா வேண்டாமா என்று தயங்கியபடி நின்றிருக்க, அந்தப் பெண்ணின் முகத்தில் ஈர மண் சேறு வழிந்தோடிக் கண்களை மறைத்தது.

கூட்டம் அங்காங்கு கலைந்து போய் இரைய ஆரம்பித்தது. பெண்களின் முகமெங்கும் ரண வேதனை அப்பிக் கொண்டது. வயதான கிழவர்கள் சடங்கின் புனிதத்துவத்தைப் பற்றியும், அதன் அருமை பெருமைகளைப் பற்றியும் கதைக்க ஆரம்பித்தார்கள். எப்பொழுதோ நடந்த இந்த விபரீதத்தை ஒரு கிழவி நினைவு கூர்ந்தாள். இளைஞர்கள் விஷமமான பார்வையைத் தேக்கிக் கொண்டு குறும்புச் சிரிப்பை உதிர்த்தனர். அந்தப் பெண்ணின் அம்மா அழுத அழுகை ஓலமாய் வெடித்திருந்தது.

வண்ணாரம்மா நீண்ட பெருமூச்சுடன் பாதையில் விரித்திருந்த கறைபடிந்த வெள்ளைத் துணிகளை சுருட்டத் தொடங்கினாள். அந்தப் பெண் செய்வதறியாது அப்படியே நிற்க, தலையிலிருந்து பச்சை மண்பானை சுத்தமாய் உருகி வழிந்து காணாமல் போயிருக்க, இப்பொழுது அந்தப் பெண்ணின் முகம் மறைந்து வெறும் மண்.

2

பச்சை மண் வாசனை அடித்தது. தூரத்தில் மழை பெய்து கொண்டிருக்க வேண்டும். ஆகாயம் முட்டாக்குப் போட்டது போல் வெளிச்சம் மங்கியிருந்தும், சிலுசிலுவென்ற கூதல் காற்று உசுப்பியதில் உள்ள பசுமையான சுகமும் அந்த மேய்ச்சல் நிலத்திற்கு ஒரு ரம்மியமான பொலிவை எற்படுத்திக் கொண்டி ருந்தது. மேய்ச்சலுக்கு வாகாக, நிலத்தோடு சேர்த்து தலையை மேலே தூக்க முடியாமல் கொம்புகளில் கயிற்றைச் சுற்றி இடது பக்க முன்னங்காலில் இறுகப் பிணைத்து 'அண்ணாங்கால்' போட்டிருந்ததால், எருமைகளும் மாடுகளும் மந்தமாய் ஊர்ந்து கொண்டிருந்தன. சடுகுடு கட்டிக் கொண்டிருந்த பையன்களின் கூச்சல்களிலிருந்து விலகிப் போய் புற்களைக் கொறித்துக் கொண்டிருந்த ஆடுகள், தலையைத் தலையை தூக்கிக்கொண்டு பம்மியவாறு தூரத்தேயிருந்த சோளக்காட்டின் வாசனையை நோக்கி நடைபோட்டன.

ஓரக்கண்ணால் அவைகளைப் பார்த்துக்கொண்டே 'அஞ் சாங்கல்' ஆடிக் கொண்டிருந்த பொம்மியின் கைகள் லாவகமாய்ச் சுழன்றாடின. அவளது கைகளுக்கும் கற்களுக்குமான இடை வெளி, எழும்புதலும் வீழ்தலுமாய் நிகழ்ந்து கொண்டேயிருக்க அவளைச் சுற்றிலும் பொருத்தமில்லாமல் அமர்ந்திருந்த சிறுமிகளின் பார்வை வேறு திசையில் திரும்பியது. "யக்கோ... ஆடெல்லா கவுண்டர் காட்டுக்குப் போய்டிச்சி, இந்தவாட்டி உன்னோட மொறை..."

மேலே வீசிய கல் திசைமாறிக் கீழே விழுந்து ஆட்டம் கலைந்தது.

ஆட்டத்தின் உச்சகட்ட வீழ்ச்சியில் விரக்தியுற்ற பொம்மி சலிப்புடன் ஆடுகளைப் பார்த்தாள். "ஏய் நாகு நாகு... இந்த ஒருவாட்டி நீ போய்ட்டு வாடி, அடுத்த மொறை நான் போய்க் கிறேன்..." எதிரிலிருந்து சிறுமியின் கருத்த முகத்தை நிமிண் டினாள்.

"போக்கா.. உனக்கு இதே பொழப்பாப்போச்சி..." முகத்தைத் திருப்பியவாறே கற்களை எடுத்து ஆடத் தொடங்கினாள் அந்தச் சிறுமி.

கூதலுக்கு வெதுவெதுப்பாக சோளக்கருதுகளை அசை போட்டபடி தின்று கொண்டிருந்த ஆடுகளின் பின்னங்கால் களில் விழுந்தது அடி. ஆடுகள் ஈனஸ்வரத்தில் கத்திக்கொண்டே சோளக் காட்டுக்குள் தாறுமாறாய் ஓட, பொம்மி மேலும் பதட்டத்துடன் ஆடுகளின் பாஷையை அடித் தொண்டையில் எழுப்பியபடி துரத்தியடித்து வெளியேற்றினாள். மூச்சு வாங்கி யது. கவுண்டரின் அம்மை படிந்த முகம் கண்களில் அசைந்தது. 'இந்நேரம் எவ்வளவு வசவு கெடைச்சிருக்கும்..'

'எல்லாம் இந்தக் கருமுட்டி செய்யற வேலைதான்' என மனசுக்குள் கறுவியவாறே, கருத்த திடம்பலான ஆட்டின் பின்னங்கால்களைக் குறி வைத்துப் பதுங்கியவாறு பாய்ந்தாள். அது துள்ளத் துள்ள, அதன் கழுத்தில் வெறுமனே சுற்றியிருந்த கயிற்றை அவிழ்ந்து காலோடு சேர்த்து இறுக்கி அண்ணாங்கால் போடத் துவங்கினாள். பிணைந்து முடித்து புளியம் விளாறில் ஒரு இணுங்கு இணிங்கி நிமிர்ந்தபோது அவள் கண்கள் முழுக்க மஞ்சள் பாய்ந்தது.

சோளக்காட்டின் சரிவில் கொத்துக் கொத்தாய் ஆவாரம் பூக்கள் வெடித்துக் கிடந்தன. சட்டென கோபமும் எரிச்சலும் மறைந்து போய் அவளுக்குள் மகிழ்ச்சியும் உற்சாகமும் எகிறின. காற்றில் மிதந்து வந்த அதன் சோகையான மணம் மண்டைக்குள் புகுந்து கிறக்கத்தை ஏற்படுத்த, தான் மெல்ல மெல்ல ஒரு இலவம் பஞ்சாய் மாறுவதை உணர்ந்தாள், மேலும், அதை நோக்கி மிதக்க ஆரம்பித்தாள்.

அதற்குள் ஆவாரம்பூ விளையாட்டு ஆரம்பமாகியிருந்தது. அது ஒரு கிராமத்து அற்புதம். ஆவாரம் பூவை தங்களது முறைப் பெண்கள் மீது பையன்களும், முறைப் பையன்கள்மீது பெண்களும் வீசிக் களிப்பார்கள். அவர்களது பிரியத்தை ஏற்றுக் கொள்பவர்கள் தலையில் சூடிக் கொள்ளலாம். மறுதலிப்பவர்கள் பூவைத் தலையைச் சுற்றி வீசிவிடலாம்.

பொம்மியின் மேல் ஆவாரம் பூ வந்து விழுகிறது. எதிரில் நிற்கிறான் அல்லிமுத்து. அவள் வெட்கத்துடன் தலைகுனிய, கீழே கிடந்த பூ தலைக்குத் தாவுகிறது. சட்டென அவளது நூல் புடவை பளபளப்பான பட்டுப் புடவையாக மாற்றம் பெற கால்களில் சுற்றிக் கொள்கிறது கொலுசு சப்தம். அல்லிமுத்து வீசும் ஒவ்வொரு கொத்துப் பூவிலும் ஒளிந்திருக்கும் அற்புதம் அவள்மீது பட்டதும் தங்கச் சங்கிலியாய், கைகளில் குலுங்கும் கல் வளையலாய், மூக்குத்திப் பூவாய் உருப்பெறுகிறது. அவள் கழுத்திலே விழுகிறது பூமாலை. அவளின் உடம்பு தொட்டு அவன் தூக்க, சிலிர்த்துப் போகிறது.

எதிரே நின்றிருந்தான், அல்லிமுத்துக்குப் பதிலாய் ஒரு கோவணப் பையன்.

பொம்மிக்கு வந்த ஆத்திரத்தில் அப்படியே அந்தப் பையன் மேல் பாய்ந்தாள். "ஏண்டா நீதான் என்னைக் கண்ணாலம் கட்டிக்கப் போறியா?" ஆவாரம் பூக்கள் சிதற பையன் ஓட்டம் பிடித்தான். அவனைத் துரத்துகையில் நாகுவின் கதறல் கேட்டது.

ஒரே கொண்டாட்டமாய் குரலெழுப்பிக் கொண்டிருந்த ஓட்டத்திலிருந்து அபயக் குரல் எழுப்பியபடி பொம்மியை நோக்கி ஓட்டமாய் வந்து கொண்டிருந்தாள் நாகு. அவளுக்குப் பின்னால் பூக்கொத்துடன் ஒரு பையன். பொம்மி ஓடிப் போய் நாகுவை எதிர்கொண்டு ஆசுவாசப்படுத்த, பையன் தூரத்தி லிருந்தவாறே பூக்களை வீசினான். "பாருக்கா இந்த ஊளை

மூக்கான் என் மேலே போடறான்...” என்றாள் தழுதழுத்தவாறே... அவள் கண்களில் கண்ணீர்.

“ச்சீ, என்னடி இது, சும்மா வெளையாட்டுக்குத்தான் போடறான்...அதுக்கேன் அளுவறே...” என்று கடிந்து கொண்டே அவளைச் சமாதானப்படுத்தினாள் பொம்மி. இன்னும் பையன் சற்று தூரத்தில் நின்றுகொண்டுதானிருந்தான். அவனைத் துரத்தியடிக்கிறாற் போல் பொம்மி பாவனை செய்ய, பையன் சடக்கென ஓடுவதற்குத் திரும்பும்போது கால் தடுமாறி புழுதி பரப்பிக்கொண்டு கீழே விழ, பூக்கொத்துக்கள் சிதறின. கண்ணீரையும் மீறிக்கொண்டு சிரிப்பு வெடித்துக் கிளம்பியது நாகுவுக்கு. இருவரும் கெக்கலிகொட்டிச் சிரித்துக்கொண்டே ஆடுகளின் மேய்ச்சல் திசையை நோக்கி நடந்தார்கள்.

எதிர்ச்சாரியிலிருந்து வந்த கூச்சலுடன் கமழ்ந்த பூவின் வாசம் பொம்மியை என்னவோ செய்தது. நாக்கு சப்பையாகி வறள்வதை உணர்ந்தவள், இடுப்பிலிருந்து சுருக்குப்பையை உருவி வெற்றிலையை எடுத்து சுண்ணாம்பு தடவிக்கொண்டே நாகுவைப் பார்த்தாள், “ஏண்டி, வெத்தலை போடறியா...?”

உற்சாகமாய்த் தலையாட்டியபடி குதித்தோடி வந்தாள் நாகு.

வெற்றிலையில் பாதியைப் பிய்த்து, களிப்பாக்குடன் சேர்த்து, சுண்ணாம்பைக் கிள்ளி நீட்டினாள் பொம்மி.

நாகு மிகவும் பதனத்துடன் வதங்கிய வெற்றிலையின் கசங் கலை தனது பாவாடையில் வைத்து நீவிவிட்டு, அதன் பச்சை நரம்புகளில் சுண்ணாம்பைப் பூசுகிறாற்போல் தடவி அழகாக மடிப்பதையே பார்த்துக் கொண்டிருந்தாள் பொம்மி. அவளும் ஆரம்பத்தில் வெற்றிலை போடும் பாங்கே அலாதியாகத் தானிருந்தது. காட்டு வேலைகளுக்குப் போக ஆரம்பித்ததிலிருந்து அழகு பார்ப்பதற்கெல்லாம் நேரமில்லை. வாய் சிவந்தால் சரி என்றாகிவிட்டது.

நாகு நுனி நாக்கை நீட்டிப் பார்த்தாள்.

“என்னடி இப்படி நெறந்து போச்சி...உனக்கு மனசுக்குப் புடிச்ச மாப்ளையே கெடைப்பாம்பாரு...”

“போக்கா..” வெட்கத்தால் மேலும் சிவந்தது நாக்கு.

"ஆமா, நீ எம்மாதிரி பெரியவளானதும் ஆரைக் கண்ணாலம் பண்ணிக்குவே..?"

"ச்சீ..." நாகுவின் கருத்த முகத்தில் வெட்கக் கோடுகள் அதிர்ந்தன.

"சொல்லு புள்ளே..அக்காகிட்டே இதைக்கோட சொல்ல மாட்டியா?" நாகுவின் அலைபாயும் கண்களைத் தனது கண்களால் கொக்கி போட்டு இழுத்தாள் பொம்மி.

"மொதல்லே நீ சொல்லே அக்கா..." பொம்மியை மாட்டிவிட்ட புத்திசாலித்தனமான முகப்பூரிப்பில் குறும்பாய்ச் சிரித்தாள் நாகு.

பொம்மியின் முகம் முழுவதும் ரத்தக் கலங்கல். "சீ..போடி கழுதை.." என்று முகத்தைத் திருப்பிக்கொண்டே முணுமுணுத்தாள்.

"துளியூண்டு சுண்ணாம்பு..." என்று கையேந்திய நாகுவின் புஞ்சைவால் சடையை இழுத்தாள் பொம்மி.

"மொதல்லே நீ சொல்லு... அப்பறம் நாஞ் சொல்றேன்..."கொஞ்ச நேர இழுபறிக்குப்பின் நாகு கண்ணை மூடிக்கொண்டாள், "துணிதெக்கிற கோவாலு..."

பளாரென்று காது நாளங்கள் அதிர அறைந்தது போலிருந்தது பொம்மிக்கு.

"அடிப்பாவி முண்டே....அறிவு கெட்ட கழுதை...அவன் என்ன சாதி... நாம என்ன சாதி? வேற சாதியிலே நாம் எப்பிடி கல்யாணம் பண்றது...?"

உடம்பெல்லாம் பதறி நடுங்கியது பொம்மிக்கு. நாகுவுக்கு ஒன்றும் புரியவில்லை. திகைத்துப் போய் நின்றுவிட்டாள்.

"நம்ம பொம்பளைக வேற சாதிக்காரனோட போயிட்டா ஊரை விட்டு ஒதுக்கி வெச்சிருவாங்கண்ணு தெரியாதா..?"

"போயிட்டான்னா... ஊரைவிட்டு போயிட்டாவா..?"

"அதில்லடி...வேறவனோட படுத்துட்டாவே.."

அதன் அர்த்தம் நாகுவுக்குப் புரிந்ததும் மனம் அசூசைப்பட்டது. கூடவே இனம் புரியாத அச்சமும் பீதியும் கண்களைக் கவ்வின. பயத்துடன் வெற்றிலைச் சாற்றை உமிழ்ந்தாள்.

"இந்த ஒரு வாரத்திற்கு முந்தி வாலியூர்லே ஒருத்தி பச்சப்பானை எடுத்து ஊரைவிட்டுத் தள்ளி வெச்சாங்க தெரியுமில்லே..."

அந்த விஷயத்தைப் பற்றி மங்கலாகத் தெரியும் நாகுவுக்கு. தான் ஏதோ குற்றம் செய்துவிட்ட பாவியைப் போல் உணர்ந்தாள். கண்களில் நீர் கட்டியது. "அக்கா...நா வெவரம் தெரியாம சொல்லிட்டே..." என்றாள் கம்மிய குரலில்.

பொம்மி அவளது முதுகைத் தடவிக் கொடுத்த பூஞ்சை முடியின் சிக்குகளை உதறிவிட்டாள். "நம்ப சாதியிலேதான் கண்ணாலம் கட்டிக்கவேணும்..."

"என்ன பொம்மி.. குந்த வெச்சி ஒக்காராத புள்ளையோட கண்ணாலப்பேச்சு பேசிட்டிருக்கே..."

இருவரும் விருட்டென திரும்பிப் பார்த்தார்கள்.

பாவாயி.

"அதில்லைக்கா... நல்லாம் பொண்டாட்டி.. பச்சப்பானை.. எடுத்தாள்லே... அதைப்பத்தி.." தடுமாறியபடி சொன்னாள் பொம்மி.

"அதைப்பத்தி உங்களுக்கென்னடி தெரியும்?" வியப்புடன் இருவரையும் கண்களை உருட்டிப் பார்த்தாள் பாவாயி.

"அதில்லே... எப்படிப் பச்சப்பானை எடுக்கறதுன்னு பேசிட்டி ருந்தோம்..."

அவள் குரலிலிருந்த பயத்தின் திகில் பாவாயிக்குப் பிடித் திருந்தது. அந்தச் சரடைக் கெட்டியாகப் பிடித்துக் கொண்டே அவர்களின் போக்கை கவனித்தாள். "பச்சைப்பானை எதுக்கு எடுக்கறாங்கன்னு தெரியுமா..?"

"ம்" இருவரும் பலமாகத் தலையசைத்தார்கள்.

"என்னடி தெரியும், வேற சாதிக்காரனோட கெட்டுப் போகலைன்னு நிரூவிக்கிறதுக்கு பச்சப்பானை எடுப்பாங்க

பொம்பளைக... ஆனா கெட்டுப்போன கண்றாவியே கண்ணிலே பாத்தவங்களுக்கு கண்ணு போயிடும் அது தெரியுமா உங்களுக்கு..?"

"ஆமாண்டி நம்ம சாதிக்காரி வேற சாதிக்காரனோட தொடுப்பு வெச்சிருக்கறதை பாத்தாலும் கேட்டாலும் விஷயத்தை உடனே பட்டக்காரங்க கிட்டே சொல்லிடனும்... இல்லாட்டி கண்ணு காது போயிடும்.."

பேச்சு சுவாரஸ்யத்தில் மயங்கிப் போய் நின்றிருக்கும் இளசுகளை வளைத்த பெருமிதத்துடன் மெல்ல மெல்ல அமுக்க ஆரம்பித்தாள்.

எந்தக் குருவிக்கு எப்படிக் கண்ணி வைக்கணும் என்கிற வித்தை படித்தவள் பாவாயி. பருத்தி எடுத்தல், கடலைக்காய் உடைத்தல் போன்ற வேலைகளுக்கு கூலி ஆள் விடமாட்டாள். மடியில் எடுத்துக் கட்டிக் கொண்டு பக்கத்து வீட்டில் போய் பரப்பி உட்கார்ந்து ஊர் விஷயங்களை உவமான உவமேயங்களோடு கதைக்க ஆரம்பிப்பாள். நிறைய கரங்களில் உடைபடும் கடலைக்காய்கள். அதன் விறுவிறுப்பு குன்றாமல் கதை நடத்திச் செல்லும் உபாயத்தில் சற்றைக்கெல்லாம் தொல்லிகள் தனியாய், பருப்புகள் தனியாய் குவியும். குதிரை வாலி, சாமை போன்ற தானியங்களை உரலில் இடிக்கும் போது உலக்கையிடிக்கும் கை, அவளது கதை மொழியின் புதிரில் மாட்டிக் கொண்டதாயிருக்கும்.

"உங்களோட நாயம் பேசிட்டிருந்தா எம்மாட்டுக்கு வவுரு நம்புமா? நாம் போயி கரும்புத்தோவை உரிச்சிட்டுப் போவேணும்..." என்று நகர்கிறாற் போல பாவனை செய்து கொண்டே, "பொம்பளைக பச்சப்பானை எடுப்பாங்க.. ஆம்பளைக என்ன பண்ணுவாங்க தெரியுமா..?" அவர்களின் முகத்தில் எதிர் பார்ப்பைத் தூவினாள்.

குபீரென பற்றிக் கொண்டது நெருப்பு. ஆர்வம் குழைந்தோடும் அவர்களின் முகத்தை நிமிண்டி, "பொட்டப் புள்ளகளாப் பொறந்துட்ட வெவரம் தெரியாம இருக்கப்படாது...நம்ம சாதி யோட கட்டுமானம், வளமொறை பத்தியெல்லாம் வெவரமாச் சொல்றே... வாங்கடி, ரண்டு தோவை உரிச்சிட்டே பேசினா எம்பொழப்பும் வெடியும்..." என்றவாறு எதிரிலிருந்த கரும்புப் பயிரை நோக்கி நடை எட்டிப் போட்டாள். "...அப்படியே

கரும்பு ஒடிச்சித்தாரேன்...”

நாகுவுக்கு இனிச்சுக் கிடக்கும் கரும்பின் சுவையும், பொம்மிக்கு புலப்படாத மாயத்திரையின் இரைச்சலும் உடம்பெங்கும் உத்வேகத்தை ஏற்படுத்தின. இருவரும் ஆட்டுக் கூட்டத்தை நோட்டம் பார்த்தனர். மேய்ச்சல் மந்தையில் சுவாரஸ்யமாய் மேய்ந்து கொண்டிருந்தன ஆடுகள்.

கரும்புத் தோகை உரிப்பதற்கு லகுவாயிருந்தாலும், அதிலிருந்து சிதறிய ‘மொளங்கு’ உடம்பில் பட்டு அரிப்பெடுத்தது. பட்டும் படாமலும் உரித்துக் கொண்டிருந்த நாகு மின்னல் வேகத்தில் சொடுக்கிக் கொண்டிருக்கும் அவர்களை வினோதமாய்ப் பார்த் தாள். அடிக்கரும்பின் கருஞ்சிவப்பு வேறு அவளைப் பாடாய்ப் படுத்தியது.

ஒரு பெரிய கட்டுச் சுமையை மனசுக்குள் கணக்குப் போட்டுக் கொண்டே பூர்வ பீடிகையை ஆரம்பித்த பாவாயி, நாகுவின் சாரமில்லாத முகத்தை சுவாரஸ்யப்படுத்த கரும்பு ஒன்றை ஒடித்துக் கையில் திணித்தாள்.

ஆர்வம், பரபரப்பு கலந்த எதிர்பார்ப்பு, பீதி கவ்வும் பயம், உற்சாகம் என்று நானாவிதமான சாரங்களையும் குழைத்து. தங்களது சாதியான நாய்க்கமார்களின் அருமை பெருமைகளை, பச்சைத் தண்ணியில் விளக்கெரியும் குலதெய்வத்தின் உயர்வு நவிற்சிகளை ரூப அரூபப்படுத்தும்போது கரும்புக்காடும் ஆட்டு மந்தையும் மறைந்து, தங்களது வம்சாவளியின் வினோதம் நிரம்பிய உலகம் விரிந்தது.

பெண்கள் எப்பொழுதும் புனிதமாயிருக்க வேண்டும்.அந்தக் காலத்தில் தீட்டு நாட்களில் ஊருக்கு வெளியே இருந்த தீட்டுக் குடிசைகளில் இருநதார்களென்றும், இப்போதெல்லாம் நாம் அவரவர் திண்ணைகளிலேயே தங்கிக் கொள்கிறோமென்றும் வருத்தப்பட்டாள். அதுவும் நாகரிகம் பெருத்துவிட்ட இந்தக் காலத்தில் ஒரு சில பெண்கள் குளித்துவிட்டு வீட்டுக்குள்ளேயே புழங்குகிறார்கள் என்றாள். என்னதான் காலம் மாறியிருந்தாலும் பெண்கள் இன்றைக்கும் வெளியில் போனால் பச்சைத் தண்ணி கூட குடிக்காமல் வருவதற்குக் காரணம், நமது பெண்கள் கடவுளோாட அமிசை என்று பெருமை பிடிபடக் கூறினாள். மாரக்கா பொம்மக்கா ஜக்கம்மா போன்ற தெய்வங்களின் அடையாளங்களைக் கோடி காட்டும்போது அவளது முகம்

ஒளிர்ந்ததைக் கவனித்தாள் பொம்மி.

தான் கற்ற அத்தனை திறன்களையும் கையாண்டு அந்த ஐதீகம் பற்றிய வரலாற்றை, ஒரு தேர்ந்த கதைசொல்லியின் குரலில் கதையாய், கதைக்குள் கதைக்குள் கதையாய் செதுக்கிக் கொண்டே போனாள்.

ஆண்களும் பெண்களும் தங்களது சாதி முறைக்காரர்களோடு தொடுப்பு வைத்துக் கொள்வது சாதிக் கட்டுப்பாடுக்கு எதிரானதல்ல. ஆனால், வேற்று சாதியில் உறவு வைத்துக்கொள்வது பாவம், தீட்டு, அப்படிப்பட்ட ஆணை, மாட்டுச் சாணத்தைக் கரைத்து தலையில் ஊற்றி 'சடங்கு' செய்து திரும்ப சாதியில் ஏற்றுக்கொள்வார்கள். ஆனால், இதுபோன்ற ஆண் இறக்குங் காலத்தில் அவனுக்கு மனித வாழ்வின் அர்த்தபூர்வமான அம்சமாக இருக்கும் நடுகல், நடமாட்டார்கள். தலைமுறை தலைமுறையாக தனது முன்னோர்களோடு நடுகல்லாக நிற்கும் அவனது ஆகிருதி அடையாளமற்று மறைந்து போவதின் கொடூரமான அச்சுறுத்தல். ஒவ்வொரு ஆண் மகனின் மயிர்க்கால்கள் தோறும் காலங்காலமாய் சிலிர்த்து நிற்கும். ஆனால், பெண்ணைப் பொறுத்தவரை திரும்பவும் சாதியில் சேர்த்துக் கொள்ளாமல், சாதிப் பிரஷ்டம் செய்யப்பட்டு ஊரை விட்டு விலக்கி வைக்கப்படுவாள். அவள் இதுபோன்ற பெண்கள் வாழும் செங்கலாப்பாறை போன்ற இடத்தில் அவர்களோடு போய்ச் சேர்ந்து கொள்வாள். அல்லது அவள் இஷ்டத்துக்கு எங்கே போய் எப்படி வேண்டுமானாலும் வாழலாம். அவளுக்கு யாரும் ஒட்டுறவு கிடையாது. அவள் செத்துப் போய்விட்டால் தூக்கிக் கொண்டு போக 'மாதாரிகள்' தான் வருவார்கள்.

இப்படி ஒதுக்கி வைக்கப்பட்ட பெண்கள் விபச்சாரியாக மாறுகின்ற அவலத்தை பாவாயி விண்டு காட்டியபோது, பொம்மியின் கைகளிலிருந்த விசை மட்டுப்பட்டது.

இப்படி வேறு சாதியில் சோரம் போனவர்கள் உடனே ஊர்ப்பட்டக்காரர்களிடம் தெரிவித்து சடங்கை ஏற்றுக் கொள்ள வேண்டும். மறைத்து வாழ்ந்தால் கொஞ்ச நாளில் கை கால் வயிறு வீங்கி செத்துப் போவார்கள். இந்த சம்பவத்தைக் கண்ணால் பார்த்தவர்களும், காதால் கேட்டவர்களும் உடனே பட்டக்காரர்களிடம் சொல்லிவிட வேண்டும். மறைத்தால் கண் காது போய்விடும்.

ஆனால், தன்மீது வீண் பழி சுமத்துகிறார்கள் என்று பெண் வாதாடினால், தான் சாதி கெட்டவள் அல்ல என்பதை நிரூபிக்க பச்சைப்பானை எடுக்க வேண்டும். பச்சை மண்ணால் செய்த பானையில் தண்ணீர் எடுத்துக்கொண்டு ஊரை மூன்றுமுறை வலம் வர வேண்டும். தண்ணீர் ஒழுகாமல் அப்படியே இருந்துவிட்டால் அவள் புனிதமானவள் என்று ஏற்றுக் கொள்ளப்படுவாள். மண்பானை கரைந்து விரிசல் விட்டு தண்ணீர் கசிந்தால், கெட்டுப்போனவள் என்று சாதிப் பிரஷ்டம் செய்து விலக்கி வைத்துவிடுவார்கள்..

ஆண்களுக்கு இதுபோன்ற கொடூரமான தண்டனை ஏதுமில்லை. மாரக்கா கோயிலில் ஏழூர் பட்டக்காரர்கள் முன்னிலையில், 'அவன் மீது கறையிருந்தால் மூன்று மாதத்தில் வயிறு வீங்கிச் சாக வேண்டும்' என்று ஊர் கூடி 'சாபம்' கொடுத்துவிடுவார்கள். மூன்று மாதம் கழித்து சாபத்துக்குரிய அறிகுறிகள் தென்பட்ட பிறகு கூட குற்றத்தை ஒப்புக் கொண்டு பட்டக்காரர்களைத் தொண்டனிட்டு சாபத்தை நிவர்த்தி செய்து கொள்ளலாம்.

எப்படியிருந்தாலும் ஆண் தப்பித்துக் கொள்கிறான். துயரங்களும் துன்பங்களும் காலங்காலமாய் பெண்களுக்குத்தான் என்று, ஒரு வழியாய் மிகப் பெரிய சுமையை உருட்டிக்கட்டியவாறே நெட்டுயிர்த்தாள் பாவாயி.

"சித்தே ஏமாந்தாலும் பொழப்பு நாறியிரும்.. நம்ப சாதியிலே பொம்பளையாப் பொறந்தவ கண்ணும் கருத்துமா இருக்கோணும்... தூக்குங்க." முந்தானையை சுருணையாக சும்மாடு கூட்டி தலையில் வைத்துக்கொண்டு குனிந்தாள்.

இருவரும் சேர்ந்து சுமையை அவளது தலையில் தூக்கி வைத்தார்கள்.

"வரண்டியம்மா... வெயிலென்ன இந்தப் போடு போடுது... போயி உளுந்தங்காயை வெயில்லே தள்ளோணும்..." என்றவளின் நடையில் பெருமிதம் வழிந்தோடியது.

சப்பென்றிருந்த கரும்பின் நுனிக் கோந்தலையை வீசியெறிந்த நாகு பீதியுடன் தூரத்தில் பார்த்தாள். பொம்மியும் ஞாபகம் வந்தவளாய் ஆடுகளைத் தேடினாள். வழக்கம் போல் கவுண்டர் காட்டுப்பக்கம் திரும்பியிருந்தன. இந்தத் தடவை முடுக்கி வர

கௌதம சித்தார்த்தன் | 75

வேண்டியது நாகுவின் முறை.

3

மோர் சிலுப்பிக் கொண்டிருந்தாள் சிட்டம்மா. திண்ணையில் உட்கார்ந்து அவளுடன் பேச்சுக் கொடுத்துக் கொண்டிருந்த பங்காருமேல் அதிகாலை வெயில் சுள்ளென்று பிடித்தது. அவர்களது பேச்சில் கவனம் போகாமல் மோர் சிலும்பும் அழகையே பார்த்துக் கொண்டிருந்தாள் பொம்மி. ஒரு லயத்துடன் அசைந்து கொண்டிருந்த கையில் சிதறின கண்ணாடி வளையல்களின் சிணுங்கல்கள். சிலுக்காணியின் சுழற்சிக்கேற்ப நுரைகட்டிப் பொங்கிக் கொண்டிருந்தன வெண்ணெய்த் திமில்கள். திரள்களை அவ்வப்போது வழித்து குண்டாவில் சேர்த்துக் கொண்டிருந்தாள் சிட்டம்மா. அம்மா இருக்கும்போது வெண்ணை நுரை சேர்த்த குண்டாவை பொம்மிதான் உருட்டி எடுப்பாள். உருட்ட உருட்ட நுரைகள் உடைந்து வெண்ணை திரளும் லாவகம்...

வாசலில் கட்டியிருந்த ஆடு கத்தியது.

"ஏம்பா... போயிட்டு நாளைக்குப் புடிச்சாந்திரலாமா..?" பங்காருவைக் கேட்டாள் பொம்மி.

"இருங்க இருங்க... வந்திருவாரு.." தெருவை எட்டிப் பார்த்துக் கொண்டே சொன்னாள் சிட்டம்மா.

மோர்த்துளிகள் ததும்பிச் சிதறும்போது நாக்கைச் சுழட்டிக் கொண்டார் பங்காரு. வெண்ணை ததும்பத் ததும்பக் குடித்த காலமெல்லாம் அவரது மனைவியோட போச்சு. மாட்டுச் சந்தைக்குப் போகும்போது எப்போதாவது மோர்க்காரிகளிடம் வாங்கிக் குடிப்பார். சப்பென்று கழுநீர் கணக்காய் இருக்கும். வெறுத்துப்போய் இருந்த நாக்குக்கு இன்று சொரணை ஏறியது. பெருமூச்சுடன் பார்வையை வேறு பக்கம் திருப்பினார். வெயில்படாமல் நகர்ந்து திண்ணைச் சுவற்றில் சாய்மானமாக உட்கார்ந்து பீடி ஒன்றைப் பற்ற வைத்தார்,

"இன்னுமா எடை போடறாங்க..?"

அந்த வட்டாரத்திலேயே பிரசித்திபெற்ற தரகர் கொண்டை கட்டி. வியாபாரிகளுக்கு சகல விதமான தானியங்களையும் சுளுவாக வாங்கிக் கொடுப்பதிலிருந்து, அவர்களுக்கு ஆதாயமாய்

எடை போட்டு அனுப்புவதுவரை கொண்டைகட்டியின் கைங்கர்யம்தான். விளைச்சல் நிலம் பருவ நிலைகளுக்கேற்ப நெல், கடலை, பருத்தி, சோளம் என்று முகம் மாற்றிக்கொள்ளும்போது அவருடைய தரகு வேலையும் நிறம் மாறும். ஆனால், அவரது தராசுமுள் மாத்திரம் ஒரு கிலோ சாய்ந்தே இருக்கும்.

“இப்ப நெல்லஞ்சீசன் முடிஞ்சிருக்குமே...”

“கல்லக்காய்தா எடை போடப் போயிருக்காங்க... திருச் செங்போடு யாவாரிக்கி...”

அசுவாரஸ்யமாய் பீடியை இழுத்தார், புகை வளையங்கள் சிட்டம்மாவின் பக்கம் சுழன்று சுழன்று போயின.

சிட்டம்மா மொள்ளானூருக்கு வாக்கப்பட்டு போனவள். இப்படி ஒரு புருஷன் கிடைக்க புண்ணியம் செய்திருக்கணு மென்று அந்த ஊர்ப்பெண்கள் அங்கலாய்க்கும்போதெல்லாம், ஒத்தை மாட்டு வண்டி கிறீச்கிறீச்சென சந்தையை நோக்கி ஓடிக் கொண்டிருக்கும். ஊர்க்காரர்கள் விற்பனைப் பண்டங்களை சந்தைக்குக் கொண்டு போகவும் வரவுமான பார வண்டி ஓட்டி, பருத்திப்பூ நிறத்தை மங்காமல் வைத்திருந்தான் அவள் புருஷன். என்ன மாய்மாலம் நடந்ததோ கொண்டைகட்டியிடம் மங்கிப் போனாள் சிட்டம்மா. கொண்டைகட்டிதான் என்ன செய்வார், பொம்பளை இல்லாதவீடு.

கொண்டைகட்டிக்கு சிறு வயசிலேயே கல்யாணம் செய்து வைத்துவிட்டார்கள். பையனைக் கட்டிக்கொண்டு வந்தவளோ வயசுக்குந்தாணி. “பையனைக் கட்டிலுக்கு அடியிலே படுக்கப் போட்டுருவாங்க...’ என்று அவரது அய்யாவையும் மனைவி யையும் பற்றி இளவட்டங்கள் குசும்புவதுண்டு. இரண்டு பெண்கள் மற்றும் ஒரு ஆண் மகவை அடையாளம் காட்டி விட்டுப் போய்ச் சேர்ந்தாள் மகராசி. கொண்டைகட்டிக்கு அப்பொழுதுதான் மீசை அரும்பு கட்டியிருந்தது. அதையும் கொஞ்சநாளில் அவரது அய்யாவுக்காக வழித்தவர், கொண்டையையும் வெட்டியெறிந்தார். வீட்டில் சோறு வடிக்க ஆளில்லை. இன்னொரு கல்யானம் செய்து அவளது கை ருசி பார்ப்பதைவிடவும், கிராமத்து வீடுகளில் தரகாளியாய் புகுந்து தண்ணீர் குடிப்பதில் ருசி கண்டுகொண்டார். மெல்ல மெல்ல தரகு வேலையின் நெளிவு சுளிவுகளையும், மனக்கணக்கின் கூட்டல் கழித்தல்களையும் உள்ளங்கைக்குள் இறுக்கிக் கொண்

டார்.

பருத்தி வெடித்துக்கொண்டிருந்த ஆவணிப்பட்டத்தில் சிட்டம்மா வீட்டில் எடை போட்டுக் கொண்டிருந்தார் கொண்டை கட்டி. அவள் புருஷன் சந்தைக்கு பாரவண்டி ஓட்டிப் போயிருந்தான். அதன்பிறகு, சந்தை நாட்களிலெல்லாம் சிட்டம்மா வீட்டுக்குப் போய்விடுவார் கொண்டைகட்டி. பார வண்டிக்காரனுக்கு சங்கதி தெரிந்து சாட்டையைத் தூக்க, அவள் நிரந்தரமாகவே கொண்டைகட்டி வீட்டுக்கு வந்துவிட்டாள்.

பீடியை உறிஞ்சினார் பங்காரு. உதட்டைக் கருக்கியது கங்கு. திண்ணையில் தோய்த்தெறிந்துவிட்டு இறங்கி தெருவைப் பார்த்துக் கொண்டே நெடக்கு முறித்தார். வெண்ணை உருட்டிக் கொண்டிருந்த பொம்மியும் சிட்டம்மாவும் ஊர்க்கதை பேசிக் கொண்டிருந்தார்கள். மறுபடியும் அவருக்கு மோரின் ருசி ஞாபகம் வந்தது. 'ஒரு வார்த்தைக்காவது மோர் குடிக்கச் சொல்ல மாட்டேங்கறாளே... எப்பேர்ப்பட்ட கைகாரியாக இருப்பாள்..' என்று மனசுக்குள் திட்டிக் கொண்டார். தெருவின் தூரத்தில் தலைவேட்டி தெரிந்தது, "இப்பத்தா வாராரு..."

தூரத்தில் வரும்போதே அடையாளம் கண்டுவிட்ட சிரிப்புடன் கொண்டைகட்டியின் முகவாய்க் கட்டையில் மலர்ச்சி. "வாங்க மாமா.." என்றபடி சைக்கிளை வாசலின் ஓரத்தில் நிறுத்தினார். சிட்டம்மா எழுந்து வந்து தராசை வாங்கிக்கொண்டு போக, ஊர்க்குசலம் விசாரித்தபடியே, சைக்கிளில் கட்டியிருந்த சாக்குக் கட்டை அவிழ்த்தார்.

சிட்டம்மா நீட்டிய தண்ணீரில் முகம் அலம்பும் போதுதான் அவர் கண்ணில் பட்டாள் பொம்மி. சட்டென தண்ணீர் குளுந்து போயிற்று. கண்கள் படபடவென்று அடித்துக் கொள்ள திண்ணையில் வந்து உட்கார்ந்தார். பங்காரு அவருடன் பேசிக் கொண்டே திண்ணைக்கு வந்தார். கொண்டைகட்டியின் பார்வை தன்மேல் அலைந்து படர்வதைக் கண்ட பொம்மி, ஆடு கட்டியிருந்த இடத்தை நோக்கி நகர்ந்தாள்.

"இதாரு.. நம்ப புள்ளையா மாமா... அடடே.."

"ம்... இதுதான் ரண்டாவது புள்ளே... மூத்ததுக்கு கலியாண மாய்டுச்சி.. இவளுக்கப்பறம்.. பையன். பள்ளிக்கோடம் போறான்.."

தங்களது வாழ்வின் அடையாளங்களை புதுப்பிப்பதிலும், நினைவு கூர்வதிலுமாக இருவரும் கதைத்தனர். தனக்கு முன்னால் பரப்பியிருந்த தீவனங்களை அசை போட்டுக்கொண்டிருந்த ஆட்டின் மேல் கோபம் கோபமாய் வந்தது பொம்மிக்கு. சட்டென அதன் காதைப் பிடித்துத் தூக்க, ஆடு கத்தியதில் அவர்களின் பேச்சு அறுபட்டது.

திரும்பிப் பார்த்த கொண்டைகட்டியின் கண்களில் பொம்மியும் ஆடும்.

“அப்புற மாமா.. ஏதாச்சிம் சோலியா...?”

“ஆமா மச்சா.. இந்த ஆட்டுக் கெடாய்க்கு ஒடை தட்ட வேணும்...”

“ம்ஹூம்..” எழுந்து பொம்மியைப் பார்த்து கொண்டே நடந்த கொண்டைகட்டி, “புள்ளே...படிச்சிகிடிச்சிருக்குதா...?” என்றார்.

“நம்ப சாதியிலே எந்தப் புள்ளே படிக்குது... பையந்தான் பள்ளிக்கோடம் போறான்...”

கொண்டைகட்டி ஆட்டை நோட்டம் விட்டார். முதுகில் கைகொடுத்து வயிற்றைப் பிடித்துத் தூக்கி கணக்குப் பார்த்தார். ஆட்டின் விரைகளைப் பற்றி இழுத்தபோது கால்களை அடித்துக் கொண்டு கத்தியது. கொண்டைகட்டியின் கண்கள் திடீரென கருவேல முட்களாகிப் போனதை பொம்மி உணர்ந்தாள்.

கொண்டைகட்டி ஆடுமாடுகள் ஒடை தட்டுவதில் கைராசிக் காரர் என்பது அவர் வம்சகீர்த்தி. அவர் அய்யாவிட்டுச் சென்ற பிதுரார்ஜிதச் சொத்து. ‘ஒடைக்கோலு மாசன்னா’ என்று பட்டப் பெயரில் அந்த கிராமங்களில் விளங்கி நின்றார் அவரது அய்யா. கருத்த, நெகு நெகுப்பான ஒடைக்கோலை லாவகமாய் விரைகளில் மாட்டி கிடுக்கிப்போட்டு நசுக்கும் சுளுவில், அவைகளுக்கு வலியே தெரியாமல் சொக்கவைத்து விடுவார். அவ்வப்போது, ராஜாவின் செங்கோலைப் போல அதை கம்பீரமாய்க் கையில் பிடித்துக் கொண்டு திரிவார். வருஷத்திற்கொரு பூசை, மாசத்திற்கொரு வெண்ணைத் தேய்ப்பு என்று கிடைத்ததற்குரிய அற்புதம்போல பேணி வந்தார். அவர் இறந்ததும் அட்டாழியில் ஏறிக்கொண்டது ஒடைக்கோல். அதன் பிறகு கொண்டைகட்டி அதைப் பயன் படுத்துவதில்லை.

பொம்மி வேறு பக்கம் திரும்பிக் கொண்டு ஆட்டின் முகத்தை நிலத்தோடு சேர்த்து அழுத்தியிருந்தாள். கழுத்திலும் வயிற்றுப் பகுதியிலும் சிட்டம்மா அமுக்க, அதன் உதைத்து நெளியும் கால்களை பக்கவாட்டில் சாய்த்து இறுக்கிப் பிடித்திருந்தார் பங்காரு. ஆட்டின் பின்னாலிருந்த கொண்டைகட்டிக்கு பொம் மியை மறைத்திருந்த சிட்டம்மாவின் ஊளைச்சதைதான் தெரிந்தது. சிட்டம்மாவை பங்காருக்கு எதிர்ச்சாரியில் வந்து உட்கார்ந்து பிடிக்கச் சொல்லிவிட்டு திருப்தியுடன் ஆட்டின் விரையைத் தடவினார் கொண்டைகட்டி. "அப்படியே அழுத்திப் புடிச்சிக்குங்க... உட்டுடாதீங்க.." உஷார்படுத்தும் தொனியில் சத்தம் போட்டு பொம்மியை திசை திருப்ப முயற்சித்தார். வாகாய் விரைப்பையை இறுக்கினார். விதைகள் ஒன்று சேர்ந்து திரண்டு புடைத்தன. கீழே சமமான கல்லை வைத்து அழுத்திப் பார்த்தார். பிதுங்காமல் இறுகியிருந்தன. பொம்மியைப் பார்த்துக் கொண்டே முஷ்டியை இறுக்கி ஓங்கினார். ஆடு கழிந்தபடி பரிதாபமாய்க் கதறியது.

கைகால் கழுவிவிட்டு செம்பை பங்காரு முன் நீட்டினார் கொண்டைகட்டி, "கை கழுவுங்க மாமா.. சாப்படலாம்..."

"சாப்பாட்டுக்கு என்ன மச்சா அவசரம்..? வீட்லே ஆடெல் லாம் கட்டிக்கெடக்கும்.. போயி அவுத்து உடவேணும்.. வந்து ரொம்ப நேரமாச்சி..."

"நல்ல நாயம்.. வந்திட்டுச் சாப்பிடாம போனா எப்படி..?" பங்காருவின் கைகளைப் பிடித்தார் கொண்டைகட்டி.

"காலையிலே புளுதண்ணி குடிச்சிட்டுத்தா வந்தோம்.. சாப்பாட்டுக்கென்ன.. போயிட்டு இன்னொரு நாளைக்கு சாவகாசமா வாரோம்..." கைகளை விடுவித்துக் கொண்டே சொன்னார் பங்காரு.

"செரி, ஒருவாய் மோராவது சாப்பிட்டுப் போங்க.."

சட்டென பங்காரு லேசாகிப் போனார். அவர் கண்களில் துளும்பியது வெண்ணை மினுமினுப்பு. அதுவரை அடங்கிக் கிடந்த நாக்கு சுழன்று சுழன்று அடித்தது, புளிப்பு வாசனை சட்டென நாசியில் புகுந்து மயக்கமூட்ட ஒரு கணம் விக்கித்துப் போய் நின்றார்.

வெண்ணை வழுவழுப்புடன் தொண்டையில் இறங்கியது குளுமையான மோர். டம்ளரை ஒரே மூச்சில் குடிக்காமல் மிடறு மிடறாய் விழுங்கினார். உடலுக்குள் ஒரு புத்துணர்ச்சி வேகமாகப் பரவுவது தெரிந்தது. எத்தனை வருஷமாயிற்று? புளிப்பும் இனிப்பும் கலந்த எருமை மோரின் வெண்ணை மிதக்கும் அந்த அட்டகாசமான ருசிக்கு, தன்னுடைய பண்ணையத்தையே கொடுத்தால் தானென்ன என்று மனப்பூர்வமாய் நினைத்தார் பங்காரு.

"புள்ளே போயி ஆட்டே அவுத்து உடுட்டும்... உக்காருங்க மாமா, பேசீட்டுப் போலாம்..." கொண்டைகட்டியின் இதமான பேச்சு அவருக்குப் பிடித்துப் போயிற்று.

தொய்ந்து போன விரையுடன் பலஹீனமாக நகர்ந்தது ஆடு, பொம்மியின் பின்னால்.

ஆட்டிற்கு நான்கைந்து நாட்கள் விடாமல் வெந்நீர் அடித்து விட வேண்டுமென்றும், கம்மந்தண்ணி காட்டிக்கொண்டே வர வேண்டுமென்றும் பதனம் சொன்னார் கொண்டைகட்டி. சம் மணங்கட்டி உட்கார்ந்தவர், "மோர் நல்லாருக்குதில்லே மாமா... ஏ சிட்டே, இன்னி ரண்டு கெலாஸ் மோர் கொண்டா... நல்ல இருத்து மோர்லே கொண்டா..." என்று சிட்டம்மாவிடம் சொன் னார்.

பங்காருவுக்கு அளவு கடந்த உற்சாகம் ஒவ்வொரு மயிர்க் காலிலும் நெட்டுக்குத்தாய் நின்றது. இருத்து மோர் என்றால் வெண்ணை உருட்டியதிலிருந்து மீந்து நிற்கும் மோர். பங்காருவுக்கு இருப்புக் கொள்ளவில்லை. திக்காக, வெண்ணைத் திசுக்கள் பிரிபிரியாய் மிதக்கும் புளிப்பே இல்லாத மோர்க்கலங்கல்.

பங்காருவின் மூத்தபெண் மற்றும் மருமகனைப் பற்றிக் கரிசனத்துடன் விசாரித்தார். தங்களது இரு குடும்பங்களுக்கும் போன தலைமுறையிலிருந்த உறவு முறையின் வேர்களை ஞாபகப்படுத்தினார். பங்காருவின் தொழில் வரும்படி, கைப் பசை பற்றியெல்லாம் அக்கறையாகக் கேட்டார். தனது தொழில் பசை, கையிருப்பு, ஏலச்சீட்டுக் கணக்கு, வீட்டு இடம், மாடு கன்றுகள் என்று பேசிக் கொண்டே போனார்.

பங்காரு நாக்கைச் சுழட்டியபடி இருத்து மோரை ருசி பார்த்துக் கொண்டே "ம்" கொட்டிக் கொண்டிருந்தார்.

கௌதம சித்தார்த்தன்

"ஏ மாமா.. உம் புள்ளேயே நம்ம பையனுக்கு கண்ணாலம் பண்ணிட்டாப் போவுது... பழைய சொந்தம் உட்டுப் போவக் கூடாது..."

இருத்து மோரின் குளிர்ச்சி உடம்பு முழுவதும் பரவியிருந்தது. "அதுக்கென்ன பண்ணிட்டாப் போவுது..." என்றார் பங்காரு.

4

கொத்தைப் பருத்தியைப்போல புகை சுருள் சுருளாய் அவள் முகத்தில் மோதிச் சிதறுகிறது. அம்மா ஊது புனலில் காற்றுக் கூட்டி ஊதுகிறாள். புகையில் விரவியிருக்கும் இலுப்பை வாசனை காற்றில் கலந்து அவளைச் சுற்றி சுற்றி வருகிறது. அடுப்பங்கரையில் கூதல் காய்ந்து கொண்டிருக்கிறார்கள் தம்பியும் அவளும். "கோழிமொட்டு தர்ரே அப்படியே போ.. கோழி மொட்டு தர்ரே அப்படியே போ...' என்று அவள் பக்கமே கையைக் காட்டுகிறான் தம்பி. புகைமூட்டம் அவள் பக்கமாய்ப் பாய்ந்து வருகிறது. சட்டென அவள், அவசர அவசரமாய் அதைத் திருப்பிச் சொல்லியவாறே தம்பி மேல் கை நீட்ட, அவன் முகத்தில் ஏறுகிறது புகை வளையம். தம்பி கண்களில் நீர் கட்ட எக்கி எக்கி இருமுகிறான். அவள் சிரிப்பு குமிழியிட் டோடுகிறது.

சட்டென ஒரு பெரிய புகைப்படலம் அவளைச் சூழ்ந்து மூச்சுத் திணறடிக்க இருமல் எடுக்கிறது. உடம்பெல்லாம் முள் முள்ளாய்த் தைக்க கோரைப்பாய் இணுக்குகள் அழுந்துவதை உணர்கிறாள். அவள் எதிரிலிருந்த புர்ரம்மாக் கிழவி 'லொக்'கிக் கொண்டே சத்தம் கொடுக்கிறாள், "என்னடே பங்காரு.. இம் புட்டு பொகையை வெச்சடிச்சிட்டே..."

முகம் முழுக்க எரிச்சலுடன் அடுப்பங்கரையிலிருந்து வெளிப்பட்டார் பங்காரு. "குளுர்லே எந்திரிச்சி பனம்பழம் பொறுக்கப் போவாதேன்னாக் கேட்டாத்தானே..." முனகிக் கொண்டே கிழவியிடம் கஷாயத்தை நீட்டினார். கையிலிருந்த பச்சிலையை நிமிட்டி சாற்றை அதில் பிழிந்த கிழவி, மெல்ல பொம்மியை எழுப்பி உட்கார வைத்தாள். "ஒண்ணுமில்லே, அக்கி போட்டிருக்குது.. அதுக்கு லேசா புகுபுகுன்னு காச்ச வந் திருச்சி.." பொம்மியின் உடம்பில் வேர்க்குருவாய் கூம்பியிருந்த சின்னச்சின்னக் கொப்புளங்களை நீவிவிட்டுக் கொண்டே சொன்னாள். "உங்க தாசய்யா மாமங்கிட்டே கூட்டிப் போயி

அக்கி எழுதிட்டு வந்திரு... ரண்டு நாள்லே நல்லாயிரும்.."

தாசய்யாவின் பேரைக் கேட்டதும் உயிரைத் தின்று கொண்டிருந்த வலி சட்டென மறைந்து போயிற்று பொம்மிக்கு. தனது உடம்பெங்கும் புதுரத்தம் பாய்ந்து புரண்டு புரண்டு ஓட, ஆயாசமும் சோர்வும் மறைந்து புத்துணர்ச்சியுடன் துலங்கி நின்றது முகம். தொய்ந்து கிடந்த தசைநார்கள் வலுப்பெற தான் மெல்ல மெல்ல செம்போத்துக் குருவியாய் மாறுவதை உணர்ந்தாள்.

தாசய்யாவின் பேரன் அல்லிமுத்து.

சின்ன வயசில் அவளோடு ஆடு மேய்க்க வரும்போது இருவரையும் புருஷன் பொண்டாட்டியாகத்தான் அழைப்பார்கள். "ஏண்டி இந்த தொப்புளானையா கட்டிக்கப் போறே..?' என்று கேலி பேசிய கொண்ணையோடு சண்டை போட்டுக் கொண்டு இன்றுவரை பேசுவதில்லை. இப்பொழுதும் யாராவது 'தொப்புளான்' என்றால் அவளது மண்டையில் கோபம் முத்துக் கொதி போட்டு நிற்கும்.

அல்லிமுத்து பிறந்தபோது தொப்புள்கொடி அறுத்த மருத்துவச்சியின் கைங்கர்யத்தில், தொப்புள் பலூனாய் உப்பி விட்டது. அதற்குப் பரிகாரம், அவனது முறைப்பெண் சந்தைக் கடையில் கத்தரிக்காயைத் திருடிக்கொண்டு வந்து தொப்புளில் கட்டித் தொங்கவிட வேண்டும் என்பது ஐதீகம். கத்திரிக்காய் வற்ற வற்ற, பலூனும் சுருங்கிப்போகும். சின்னஞ்சிறுமியான பொம்மி பயமும் ஆர்வமும் மாறி மாறி வதைக்க, கத்தரிக்காயைத் திருடியே விட்டாள். தொப்புள் சுருங்கினாலும், கேலிப் பெயர் உப்பிக் கொண்டுதானிருந்தது.

ஆனாலும் முகத்துக்கெதிராக யாரும் கேலி பேசமாட்டார்கள். கவுந்தப்பாடி போய் நாலெழுத்துப் படித்த படிப்பாளி, மற்ற நாய்க்கப் பசங்களைப் போல கோவணத்துடன் காட்டு வேலைக்குப் போகாமல், கல்யாணம் போன்ற விசேஷ காரியங் களுக்கு ரேடியோ மைக்செட் போடும் "சவுண்ட்சர்வீஸ்' வைத்திருப்பவன்.. நாலு காசு புழங்கும் குடும்பத்தை யாராவது வக்கணை பேச முடியுமா?

தாசய்யாவிடம் அவர்கள் போய்ச் சேர்ந்த உச்சிப் பொழுதில், அவரைச் சுற்றிலும் கூட்டம் கும்மியிருந்தது. கூட்டமில்லை. அவருக்கு எதிரில் குந்த வைத்திருந்தவனுக்கு 'கல்லுக்குறி ஜோசியம்' பார்த்துக் கொண்டிருந்தவர், பங்காருவைக் கண்டதும்,

“வாங்க மாப்ளே..” என்று வெற்றிலைக் காவியுடன் சிரித்தார். பங்காரு அசட்டுச் சிரிப்புடன் ஓரத்தில் உட்கார, மறுபடியும் கல்லுக்குறியில் மும்முரமானார்.

கற்களைத் தூக்கிக் குலுக்கும்போது கிழவரின் சூப்பை விரலில் தங்கம் மின்னியது. பங்காருக்கு இனந்தெரியாத எரிச்சல் மண்ட வேறுபுறம் திரும்பிக் கொண்டார்.

பொம்மியின் கண்கள் உடல் வலியையும் மீறி படபடவென்று அடித்துக் கொண்டிருந்தன. அல்லிமுத்துவின் மோட்டார் சைக்கிள் அந்தக் கொட்டகையின் ஓரத்தில் கம்பீரமாக நிறுத்தப் பட்டிருந்தது. அவளுக்குள் உற்சாகத்தின் குமிழி உடைந்ததை அனுபவித்தாள். அவளும் அல்லிமுத்துவும் ஒளிந்து விளையாடிய குடிசை மறைந்து, எதிரில் மெத்தை வீட்டின் பிரம்மாண்டம் அச்சுறுத்தியது.

“என்ன கல்லுக்குறி பாக்க வந்தயா..?” பங்காருவிடம் கேட்ட கிழவர், பொம்மியை அப்போதுதான் உணர்ந்தார், “என்ன, பொம்மியும் வந்திருக்கிறா...?”

“ஒண்ணுமில்லே மாமா... பொம்மிக்கு அக்கி போட்டிருக்குது.. அதா எழுதிட்டுப்போலாம்னு வந்தோம்..”

“ஓஹோ.. செரி இரு, மொதல்லே இவங்களை அனுப்பிடலாம்...” கற்களைக் குலுக்கிக் கொண்டே, “போம்மா, நீ போயி உங்கத்தையோட பேசீட்டிரு...” என்றவர், “ராமக்கா” என்று குரல் கொடுத்தார்.

சற்றைக்கெல்லாம் அல்லிமுத்துவின் அம்மா வீட்டிலிருந்து எட்டிப் பார்த்தவள், பொம்மியை அடையாளம் கண்டதும் உபசரிப்புடன் வீட்டிற்குள் அழைத்துப் போனாள்.

கிழவர் ஜோசியம் பார்ப்பதற்கென்றே கட்டப்பட்ட சிமெண்ட் ஓடு வேய்ந்த கொட்டகையின் இரும்புத் தூணில் சாய்ந்து கொண்ட பங்காரு, கிழவரின் ‘பழங்கணக்கைப்’ புரட்டிப் பார்த்தார்.

சினிமா நடிகனைப் போன்ற கவர்ச்சிகரமான ஆடைகளுடன் கான்கிரீட் சுவரில் தொங்கிக் கொண்டிருந்த அல்லிமுத்துவைப் பார்க்க வெட்கமாயிருந்தது பொம்மிக்கு. வேறு படங்களைப் பார்க்கும் பாவனையில் அதையே பார்த்துக் கொண்டிருந்தாள். சின்ன வயது அல்லிமுத்துவின் முகம் சுக்குநூறாய் உடைந்

திருந்தது. சிரித்துக் கொண்டேயிருக்கும் கண்களை கூலிங்கிளாஸ் கண்ணாடி மறைத்திருக்க, அரும்பு மீசையில் அவிழும் குறுஞ் சிரிப்பு, தலை கலைந்த அல்லிமுத்து.

முறத்திலிருந்த மந்திரித்த சாம்பலை எதிரிலிருந்தவனிடம் நீட்டினார் தாசய்யா. காணிக்கையாய் விழுந்த ரூபாய்த்தாள் களின் நிறத்தைப் பார்த்து வெருண்டு போனார் பங்காரு. அடுப்புச் சாம்பல் வாசனை அவரைக் குடைந்தது.

சமையலறையில் காப்பி போட்டுக் கொண்டிருந்த ராமக்கா சொன்னது எதுவும் கேட்கவில்லை. பட்டாசாலின் ஓரத்தில் தொங்கிக் கொண்டிருந்த துணிமோளியில் அவனது வாசனை அடித்தது. கட்டிலை விட்டு எழுந்து வாசனையை நோக்கி நகர்ந்தாள் பொம்மி. கொஞ்ச நேரம் துணிமோளியருகில் நின்று அவனது ஆடைகளையே பார்த்துக் கொண்டிருந்தவள், மெல்ல அதைத் தொட்டாள்.

இந்த 'தாசய்யா' பட்டம் முதலில் தனக்குத்தான் தருவதாய் இருந்தது ஞாபகம் வந்தது பங்காருக்கு. ஏழூர் பட்டக்காரர்களும் சேர்ந்து 'தாசய்யா' பட்டம் வைத்தவர்தான் கல்லுக்குறி ஜோசியம் சொல்ல முடியும், வாக்குப்பலிதமாகும். கறி தின்னக்கூடாது, தீட்டுச்சோறு, தீட்டுப் பெண், பிறத்தியார் வீட்டில் கை நனைத்தல், காலில் செருப்பு போடக் கூடாது போன்ற கட்டுப்பாடுகளை, வாராவாரம் மாட்டுச் சந்தையில் பானை இட்லிகளை ருசி பார்க்கும் பங்காருவின் நாக்கு சுழட்டிவிட்டது. கூலி வேலைக்குப் போய்க் கொண்டிருந்த தனது அக்கா புருஷனான இந்தக் கிழவருக்கு தாரை வார்த்துக் கொடுத்துவிட்டார். பங்காரு சாய்ந்திருந்த இரும்புத்தூண் முதுகை அழுந்தியது.

சமையலறை, பட்டாசால், படுக்கையறை, நெல் தானியங்கள் போட ஒரு அறை என்று விஸ்தாரமாயிருந்தது வீடு. தரையில் கவுண்டர் வீடுகளுக்குப் போடும் நெகுநெகுப்பான சதுரக்கற்கள் கால்களில் குறுகுறுத்தன. வீட்டில் பரவியிருந்த படாடோபமான பொருட்களின் அலங்காரம் இயலாமை கலந்த எரிச்சலை ஊட்டியது. முகத்தை ஜன்னல் கம்பிகளில் புதைத்தாள். தூக்கணாங்குருவிக் கூடுகள் தொங்கும் பனைமரவரிசையில் வெயில் காய்ந்து கொண்டிருந்தது.

ஒருவர் போக ஒருவர் வந்து கொண்டேயிருந்தார்கள் கிழவரிடம். அவரது இடுப்புமடி வீங்கிக் கொண்டேயிருக்க, இடையிடையே

கௌதம சித்தார்த்தன் | 85

பங்காருவிடம் பேச்சுக் கொடுத்தார் தாசய்யா. "வெள்ளிக்கிழமையில் அளவு கடந்த கூட்டமாயிருக்கும், பார்க்கவே முடியாது' என்று வெளியூர்க்காரர்கள் இருவர் மெல்லிய குரலில் பேசுவது பங் காருக்குக் கேட்டது.

காப்பியின் வாசனை தொண்டைக்குழிக்குள் இறங்கி தித்தித்தது. எதிரில் உட்கார்ந்து அவள் உடம்பைத் தொட்டுப் பார்த்துக் கொண்டே கரிசனமாய் உடல் நலம் விசாரித்தாள் ராமக்கா. பேச்சு அக்கா வீட்டைப் பற்றித் திரும்பியது. ஊரின் நல்லது கெட்டதுகளைப் பேசியது. பொம்மியின் கவனம் வேறு பக்கம் அலை பாய்ந்தது. அல்லிமுத்துவோடு பேசி எத்தனை நாட்களாகிவிட்டன. இப்போதெல்லாம் முன்னைப் போல அடிக்கடி அவனைப் பார்க்க முடிவதில்லை. ஏதாவது விசேஷங் களுக்கு ரேடியோ கட்டும் போதுதான் பார்க்க முடிகிறது. கண் களால் மட்டுமே பேச முடிகிறது.

நீண்ட பெருமூச்சு விட்டுக்கொண்டே எழுந்து பீடி வாங்க நடந்தார் பங்காரு, எதிரிலிருந்த கடையை நோக்கி.

ராமக்கா பொதுப்படையாகப் பேசிக் கொண்டிருந்தாள். பட்டும் படாமலும் பேசிக்கொண்டிருந்த அவளது சாதுர்யமான வார்த்தையாடல்களில் ஒளிந்திருந்த கபடத்தைக் கண்கள் காட்டிக் கொடுத்தன. கயிற்றின் பிரிகள் கொஞ்சம் கொஞ் சமாய் இற்றுக் கொண்டே வருவதை உணர்ந்தாள் பொம்மி.

தாசய்யா வீட்டுக்குள் நுழைந்தார். "எங்க போயிட்டா உங்கய்யன்..?"

சடக்கெனக் கட்டிலைவிட்டு இருவரும் எழுந்து நின்று கொண்டார்கள். மடியை அவிழ்த்துக் கொண்டே பீரோவைத் திறந்தார்.

"உங்ககோடத்தானே இருந்தாரே தாத்தா..."

பீரோவை மூடிவிட்டு அவளருகில் வந்து நெற்றியைத் தொட்டுப் பாத்தவாறு, "எத்தனை நாளாக் காச்சலடிக்குது..?" உடம்பெங்கும் பூத்திருந்த சின்னக் கொப்புளங்களை நீவி விட்டார்.

"நேத்தையிலேர்ந்துதான்.."

"ஏ ராமக்கா.. உம் புருஷனைக் காலமே மஞ்சமண்டிக்குப் போச்

சொல்லியிருந்தே.. போயிட்டானா..?" என்றார் மருமகளிடம்.

"ம்.. ம்.." தலையாட்டிக்கொண்டே அடுப்பங்கரைக்குள் போனாள் ராமக்கா.

"அந்தக் காவிக் கல்லேக் கொஞ்சம் தண்ணி போட்டு ஒரைச்சி எடுத்திட்டுவா.." என்று சொல்லிக்கொண்டே எதிரிலிருந்த அறைக்குப் போய்விட்டார் கிழவர்.

ராமக்கா கொட்டாங்குச்சியில் தண்ணீர்விட்டு காவிக் கல்லை உறைத்துக்கொண்டு வந்தாள்.

"லவிக்கையைக் கழட்டிவிட்டு கட்டில்லே படுக்க வை.." கிழவரின் குரல் ஒலித்தது.

பொம்மி தாவணியை முன் பக்கமாக எடுத்துவிட்டுக் கட்டிலில் குப்புறப் படுத்துக்கொண்டாள். அவளது ரவிக்கையின் பின்புறப் பொத்தான்களைக் கழட்டி கக்கத்தில் சுருட்டிவிட்டாள் ராமக்கா. தகீர் என்று மின்னிய அவளது முதுகு முழுக்கப் பூங்குருக்கள்.

கிழவர் காவிச்சாற்றை எடுத்துப் பார்த்தார். "கோழி ரெக்கை இல்லையே ராமக்கா.." ஜன்னல் விளிம்பு, உத்தரம் என்ற தேடி னார். பட்டாசால் முழுக்க தேடிப்பார்த்துவிட்டு வெளியே போனாள் ராமக்கா. பொம்மியின் முதுகில் பொரிந்திருந்த கொப்புளங்களைப் பார்த்த கிழவர், இன்னும் கொஞ்சம் தண்ணீர் சேர்த்து காவிக்கல்லை மேலும் உறைக்க ஆரம்பித்தார்.

கூச்சத்தில் மெல்ல மெல்லத் தாவணியை நகர்த்தி முதுகை மூடிக் கொண்டு குப்புறப்படுத்திருந்தாள் பொம்மி. நெல் மூட்டை களிலிருந்த கூடத்தில் கோழி இறகுகள் கிடந்தது ஞாபகம் வரவே, கூடத்துக்குப் போனார் தாசய்யா.

காவிக்கல் சாற்றில் கோழி இறகு கொண்டு முதுகில் படம் எழுதுவார்கள். தூரிகையாய் மாறும் அதன் முனை, ஆண்களின் முதுகில் சிங்கம் புலியாகவும், பெண்களுக்கு மான் மயிலாகவும் எழுதும்போது மருத்துவமும் சைத்ரீகமும் இணைந்து மிளிரும் அற்புதம். காவிக்கல்லின் சாறு முதுகில் இறுக இறுக, பூங் கொப்புளங்கள் இரண்டே நாளில் மங்கிப்போகும்.

முதுகை மூடியிருந்த தாவணி மெதுவாக அகன்றது. கோழி இறகு அவளது பசும் முதுகில் பரபரப்புடன் கிறுக்கித் தள்ளியது.

தூரிகையின் நடுக்கத்தில் அதிர்ந்தது முதுகு. மிருதுவான ஸ்பரிசத்து டனான வருடல், அவளது முதுகின் பச்சை நரம்புகளில் சில்லிட, திடுக்கிட்டு திரும்பிப் பார்த்தால், கோழி இறகுடன் அல்லிமுத்து. வாரிச் சுருட்டிக்கொண்டு எழுந்தாள் பொம்மி.

எழுந்த வேகத்தில் தடுமாறி வாசற்படியருகே போய் நின்ற வளுக்கு சந்தோஷத்தின் அதிர்ச்சியில் முகம் முழுவதும் குங்குமம் பூசியது. சட்டென்று வெளியே வந்து கடையிலிருந்த அய்யாவைக் கூட்டிக் கொண்டு வீட்டிற்கு வந்த சேரும்வரை அந்தத் தீண்டலின் வலி கொத்திக் கொத்திப் பிடுங்கியது.

வீட்டில் குப்புறப் படுத்துக்கொண்டு காலையில் நிகழ்ந்த அற்புதத்தில் கால்களை உற்சாகத்துடன் நீச்சல் அடித்துக் கொண்டிருந்தாள் பொம்மி. அதற்குள் காய்ச்சலின் வெக்கை கொஞ்சமும் உணர்வில்லாமல் மறைந்து அந்த ஸ்பரிசத்தின் உணர்ச்சியே ஓட்டத்தில் கலந்திருந்தது. மெல்ல முதுகுப் பக்கம் வருடினாள். சிலீர் என்று மயிர்க்கால்கள் கூச்சமெடுத்தன.

அக்கி எழுதாமலேயே, சொல்லாமல் கொள்ளாமல் ஓடிவந்து விட்டதால் அல்லிமுத்துவின் வீட்டில் ஏதாவது அசம்பா விதமாக நினைத்துக் கொள்வார்களோ என்ற பயம் அவள் வயிற்றுக்குள் சுருண்டு கொண்டது. மெல்ல மெல்ல அந்த விபரீதமான எண்ண ஓட்டத்தின் திசையை மாற்றினாள். அவள் முதுகில் குறுகுறுவென வழிந்துகொண்டிருக்கும் அல்லிமுத்துவின் புதிர் எழுத்தைக் கற்பனை செய்தகொண்டே படுத்திருந்தவளின் எண்ண ஓட்டத்தில் ஒரு சின்னக்கல். குதியாட்டம் போடும் சந்தோஷத்துடன் எழுந்து போய் உத்தரத்தில் சொருகி வைத்தி ருந்த கண்ணாடியை உருவி எடுத்தாள்.

ரசம்போன கையகலக் கண்ணாடி பழிப்புக் காட்டியது. ஒரு கணம்கூம்பிப்போனவள், சமாதானமடைந்துகொண்டே தாவணி யில் சுத்தமாகத் துடைத்தாள். முதுகை மூடியிருந்த தாவணியை விலக்கி, முதுகுப் பக்கம் கண்ணாடியைப் பிடித்துக்கொண்டு திரும்பிப் பார்த்தாள். ஒன்றும் புலப்படவில்லை. கழுத்து நோக வளைந்து பார்த்ததில் மங்கலாய் ஏதோ தெரிந்த மாதிரி இருந் தது. கண்ணாடியை நாலாபுறமும் திருப்பினாள். மேலும் கீழும் பக்கவாட்டில் சரித்து... ம்ஹூம்.

ஒரு கொடூரமான இறுக்கம் அந்த இடத்தைக் கவ்வியது. பெரிய கண்ணாடி வேற யார் வீட்டிலிருக்கும்? யோசித்து யோசித்துப்

பார்த்ததில் சட்டென மின்னலடித்தன கண்ணாடிகள்.

தான் பூப்பெய்திய சடங்குச் சீருக்கு உறவுக்காரர்கள் கொண்டு வந்த சீப்புக் கண்ணாடிகள் நிறைய இருக்கும் என்ற விஷயம் உறைத்தது. அவளுக்குள் ஒரு வினாடி சமைந்து போய் நின்றாள். அந்தக் கணத்தில் முதுகிலிருந்த புதிர் அவளுக்குத் தரிசனம் தந்துவிட்டது.

அய்யா ஆடு ஓட்டிக்கொண்டு போய்விட்டார். தம்பி பள்ளிக் கூடத்திலிருந்து இன்னும் வந்தபாடில்லை. பொம்மிக்கு இருப்புக் கொள்ளவில்லை.

கட்டிலை நேராக நிறுத்தி வைத்து ஏறியதும் அட்டாழியில் போட்டிருந்த சாக்கு கீழே வந்து விழுந்தது. விதவிதமான சீப்புகளும் கண்ணாடிகளும் புத்தம் புதியவையாய் பழுப்பு வாசனையுடன் பளீரிட்டன. இருப்பதிலேயே பெரிதாக இரண்டு கையகலக் கண்ணாடிகளைத் தேடிப்பிடித்தபோது உடம்பு ஜுரவேகத்தில் காந்தியது.

ஒரு கண்ணாடியை அவளது முதுகுக்குப் பின்னால் பிடித்துக் கொண்டு, மற்றதை பக்கவாட்டில் சரித்து, அந்தக் கண்ணாடி யின் பிம்பம் மற்றதில் படுமாறு பிடித்தாள். பருத்திப் பூ நிறத்திலிருந்த அவளது முதுகின் பூந்தோலில் காவி எழுத்துக்கள் நெளிந்தோடியிருந்தன. தான் படிக்காமல் போன அவலம். உயிரைப் பிடுங்கித் தின்றது ஒரு கணம். அந்த எழுத்தை உணர்ந்து கொள்ளும் வழியாக அந்த எழுத்துக்களோடு தானும் ஒரு எழுத்தாய் மாறிப்போக ஆரம்பித்தாள் பொம்மி. தன்னுடைய வாழ்வே அந்த எழுத்துக்களின் ஏற்ற இறக்கங்களில்தான் பொதிந் திருப்பதாய் எண்ணியவள், இதை அழிக்காமல் அப்படியே வைத்திருக்க வேண்டும் என்று நினைத்தாள்.

5

பொம்மியின் கால் விரல்களில் புதுசாய் ஏறியிருந்த மிஞ்சியின் முத்துக்களைத் தடவிக் கொண்டிருந்தது அக்கா குழந்தை. தூர்ந்து போகாமல் ஈர்க்குச்சி சொருகி வைத்திருந்த காதில் லோலாக்குகள் குடை விரிக்க, மூக்கின்மேல் சிவப்புக்கல்லில்.. புது பொம்மி.

முத்துக்கொதி போட்டிருந்த எண்ணெயில் கச்சாயம் வார்த்துக்

கொண்டிருந்த பொம்மியின் அக்காவுக்குச் சற்றே ஆறுதலா யிருந்தது பொன்னிறமான வாசனை. முறுகலாய் எடுத்துப் போடும் சூடான பொன்னிறத்தைப் பாய்ந்து கவ்விக் கொண்டிருந்த குழந்தைகளை அதட்டியபடியே, பொம்மியை எட்டிப் பார்த்துக் கொண்டிருந்தாள். 'அழைத்து வந்ததிலிருந்து பொம்மி வீட்டி லேயே அடைந்து கிடக்கிறாள்' ஒரு குழந்தையை இழுத்து, பொம்மிக்குக் கொடுக்கச் சொல்லி கச்சாயங்களைத் தட்டில் போட்டுத் தந்தாள். குழந்தைகளின் ஓரியாட்டத்தில் எரிச்சலும் கோபமும் கரண்டிக் காம்பில் குதித்தது. குழந்தைகளைக் கரித்து என்ன செய்வது? வீட்டில் பட்சணங்களின் வாசனையடித்து எத்தனை வருஷங்களிருக்குமென ஆயாசப்பட்டவள், கல்யாணப் பெண்ணுக்கு அக்கா வீட்டார் அழைத்து வந்து நல்லது கெட்டது செய்து போடும் சம்பிரதாயத்தை மெச்சிக் கொண்டாள். வாயைக் கட்டி வயித்தைக் கட்டி பிசுநாறியாய் உழைத்ததனால்தானே இன்றைக்கு இந்த வாழ்க்கை.

அவளது புருஷன் ஆரம்பத்தில் சந்தைகளுக்கு மாடு பிடிக்கப் போய்க் கொண்டிருந்தான். வெளியூர் விவசாயிகள் வாங்கும் மாடு கன்றுகளை பதனத்துடன் அவரவர் வீடுகளில் பத்திரமாக ஒப்படைப்பவன் என்று பெயரெடுத்தவன். அந்தியூர் சோமாரச் சந்தையில் 'பொக்கையன்' என்றால் மிகவும் பிரசித்தம். ஒருமுறை மலை எருது ஒன்று மிரண்டு போய் அவனை உதைக்க, முன்பக்க ராஜாபல் கழண்டுபோய் பட்டப்பெயர் வந்த கதையை மறக்க எவ்வளவோ முயற்சி செய்து பார்த்தான். அதற்கு ஒரே வழி பல் கட்டிக் கொள்வதென, ஒவ்வொரு முறையும் சிறுவாடு சேர்த்து வைத்தாலும், திடீரென வேறு செலவு வந்து அடித்துப் போய்விடும் கொடுமை.

அப்பொழுது பொம்மியின் அய்யா பங்காருவும் மாடு பிடித்துக் கொண்டுதானிருந்தார். இருவரும் மாமன் மருமகன் உறவுடன், ஒரே கடைக்காரியிடம் புட்டு சாப்பிடுவதிலிருந்து, வரும் மாட்டு உருப்படிகளை ஆளுக்குப் பாதியாக பிரித்துக்கொள்வதுவரை நல்ல சேக்காளிகளானார்கள்.

பங்காரு மூத்த மகளுக்கு மாப்பிள்ளை தேடிச் சலித்துப் போனபோது, பொக்கையன் ஞாபகம் வந்தது. ஊர்க்காரர்கள் சிரித்தார்கள். "வடக்குச் சீமைக்கா கட்டிக் குடுக்கறே..." அவர்கள் ஊரிலிருந்து வடக்குத் திக்கிலிருக்கும் அந்தியூர்ச் சீமையை வரச் சீமை என்றுதான் வக்கணை பேசுவார்கள். தண்ணியில்லாத

வரக்காடு அது. காடுகரை வேலைக்கு சவண்டப்பூர், அத்தாணி என்று போய் வர வேண்டும். அந்தியூர் சீமைக்கு வாக்கப்பட்டுப் போக எந்தப் பொண்ணும் ஒத்துக்கொள்ள மாட்டாள். அதற்காக, மாடுபிடிக்கும் பங்காருவின் 'கருவாச்சியைக்' கட்டிக் கொள்ள கூகலூர்ச் சீமையிலிருந்தா வருவான்?

ஒரு நாள் பொக்கையனுக்கு காலில் கருவேலமுள் குத்தி வீங்கிப்போய் மாடு பிடிக்கப் போகாமல் வீட்டில் கிடந்த நேரம், அந்தியூரில் வரக்காட்டுச் செம்மண் புழுதி சுறுசுறுப்பாக விற்பனை செய்த கொண்டிருந்த காலம். மெல்ல மெல்ல ஊர்க் காரர்கள் மானம் பார்த்த பூமியின் மண்ணை விற்றுக் கொண்டி ருந்தார்கள்.

சின்னச்சின்ன செம்மண் குவியல்கள் செங்கற்களாய் அறு பட்டுக் கொண்டிருந்தன. வயிற்றுப் புள்ளத்தாச்சியாய் மண் அறுக்கப் போய்க் கொண்டிருந்தவளுடன் சேர்ந்து ஜெபமாலை மாணிக்கத்தின் சூளைக்குப் போனான். ஈரமண்ணை அச்சில் வார்த்து பாளம் பாளமாய் அறுக்கும்போது, செம்மண்ணின் வாசனை கைகளெல்லாம் ஒட்டிக் கொண்டது.

செங்கல் அறுத்தான், செம்மண்ணைக் குழைத்தான், தண்ணி வண்டியடித்தான், பட்டறை வைத்துப் பழகியபோது அவனுக் குள் மாட்டுச் சந்தை காணாமல் போயிருந்தது. நாலா பக்கமும் அடுப்புக் கட்டி செம்மண் பூசுவது அவ்வளவு சுளுவான காரியமல்ல என்பது தெரிந்து போயிற்று. பனந்தப்பைகளைப் பிளந்து அடுப்பில் தீ மூட்ட, பற்றிக் கொண்ட நெருப்பின் லாவகத்தில் அதன் நெளிவு சுளிவுகள் உள்ளங்கைக்குள் இறுகின. பட்டறையை அழித்தபோது சுடலையில் கற்கள் கருகிப் போகாமல் செம்பாளமாய் வெந்திருந்த அழகு, அவன் முகத்தில் ஒளி பாய்ச்சியது.

தனியாக செங்கல் சூளை வைத்ததும் முதல் வேலையாக 'தங்கப்பல்' கட்டிக்கொண்டான். 'முத்தையன் செங்கல் சூளை' போர்டு செம்மண் குவியலின்மீது ஏறியது. அவனும், பெண்டாட் டியும், குத்திருமல் பிடித்த அவன் அம்மாவும் ஓயாமல் செங்கல் அறுத்துத் தள்ளினார்கள். சின்ன வயசு பொம்மியும் ஒரு வருஷம் செம்மண் சேற்றில் புரண்டெழுந்தவள்தான். ஆனால் பங்காரு வின் வாழ்க்கையில் மாடு பிடிப்பதை விட்டு, மாட்டுத்தரகராக மாறியதைத்தவிர ஒன்றும் நிகழவில்லை.

சூளை வைத்ததிலிருந்து முத்தையன், மாமனார் ஊருக்கு

அடிக்கடி போவதில்லை. போகத்தான் நேரமேது? மோட்டார் சைக்கிள் வாங்கிய புதிதில் கைகளில் மோதிரக்கல் டாலடிக்க அவ்வப்போது ஊர்வலம் வந்தாலும் தொழிலில் கண்ணாயிருந் தான். ஒரே பீடியை அணைத்து அணைத்துக் குடித்துக் கொண்டே, செம்மண் காறை கோவணத்துடன் பைசா பைசாவாக கையை இறுக்கிப் பிடித்தான். கருவாச்சியின் சிறுவாடுப்பணம், ஏலச் சீட்டுக்கள் என்று செங்கல் சூளையின் விஸ்தீரணம் விரிந்து கொண்டே போனது. செங்கல் ஏற்றிப்போக 'முத்தையன்' லாரி, மெத்தைவீடு, சூளைக்கும் வீட்டுக்கும் போய்வர மோட்டார் சைக்கிள் என்று வலம் வருபவனுக்கு கருவாச்சியைப் பார்க்கும் போதெல்லாம் பெருமூச்சு தன்னால் கிளம்பும். 'இப்போது கல்யாணம் கட்டினால் எவ்வளவு அழகான பெண்ணை நகை நட்டோட செய்திருக்கலாம்..' ஆனால், பெருமூச்சின் அனல் அவனைத் திருப்பிச் சுடும், 'அவள் காலடி எடுத்து வைத்த ராசிதான் எல்லாம்..'

அது மட்டுமல்லாமல், சூளையில் கொஞ்சம் அப்படி இப்படி என்று இருக்கும்போது கண்டுகொள்ளாமல் போய்விடும் கருவாச் சியை மறுக்க முடியாமல் போய்விட்டது முத்தையனால்.

மாமனார் ஊருக்குப் போகும்போதெல்லாம், சமைந்த பொம்மியின் கை வளையல் சத்தம் அவனுக்குள் அலைக்கழித்துக் கொண்டே இருந்தது. 'கன்னியை அழிச்சால் கண்ணவிஞ்சி போயிடும்' என்ற சாதி ஐதீகத்தின் பயத்தில் 'கல்யாணம் நடக்கட்டும்' என்று காத்திருந்தபோதுதான், 'வீடு வாசல் பார்க்க மாப்பிள்ளை வீட்டார் வருவதாக' வந்து சொன்னார் பங்காரு.

இதெல்லாமே ஒரு கெட்ட கனவுதான் என்று நினைத்தாள் பொம்மி. அது ஒரு பேய்க்கனவு.

அந்தியூர்ச் சந்தையில் மாடுகளை நோட்டம் பார்த்துக் கொண்டிருக்கிறார் பங்காரு. மாட்டுக்காரன் சடக்கென மாட்டின் கொம்பை ஒடித்து ஊதுகிறான். நாராசமான ஒலி சந்தையெங்கும் அலறுகிறது. ஒவ்வொருவர் கையிலும் ரத்தம் வழியும் மாட்டுக் கொம்பு. ஒருவன் கையில் மட்டும் அழகான சாட்டவார். சொடுக்கிச் சொடுக்கி பங்காருவின் முதுகில் புலிப்படம் எழுது கிறான். 'அக்கியும் இல்லே மயிரும் இல்லை. ஆழம் பார்க்க வந்திருக்கான்' என்கிறது புலி. பாய்ந்து பங்காருவைக் கடித்துக் குதறுகிறது. ரத்தம் வழிந்தோடுகிறது. அது ரத்தம் இல்லை, வெற்றிலை எச்சில், 'மாட்டு வாலுருவறவனுக்கு சீமான் ஊட்டு

சம்மந்தங் கேக்குதா..?' என்று புளிச் புளிச்செனத் துப்புகிறாள் ராமக்கா. அவளுக்குக் கொம்பு முளைத்திருக்கிறது. முகம் எருமைக் கடாவாக மாறியிருக்க அதன் மூக்கணாங் கயிற்றைப் பிடித்து திமிலைத் தடவுகிறார் பங்காரு. வாலையுருவி சுள்ளாப்பு பார்க்கிறார். சாணத்தை வாலால் துடைத்து முதுகில் அறைகிறது எருமை. உடம்பெங்கும் நெருப்பின் காந்தல் அலையோடி பாதம் பற்றி எரிகிறது தீ. காலடியில் நீண்டு கிடக்கிறது பத்திரகாளியம்மன் நெருப்புக்குண்டம். கனன்றெரியும் கங்குகளில் பாதம் பதியப் பதிய காலடி எடுத்து வைக்கிறாள் பொம்மி. ஒவ்வொரு எட்டிலும் அல்லிமுத்துவின் முகமும் பிரார்த்தனையும் ஒலித்துக் கொண்டேயிருக்கிறது. ஒலி கொஞ்சம் கொஞ்சமாய் பெரிதாகி காதை அடைக்கிறது. 'இந்தப் பொளப்பு பொளைக்கறதுக்கு நாண்டுட்டு சாகலாம்' என்று பாடுகிறது ரேடியோ. ரேடியோ வைத்துக் கொண்டிருந்த அல்லிமுத்துவின் முகம் மீசையில்லாமல் மொழுமொழுவென்று சின்னதாகிறது. மாட்டின் கொம்புகளைப் போல் விரிந்து கூம்பியிருந்த பாளைமரத்துக்காய்களை தலையில் வைத்துக் கொண்டு புஸ்புஸ்ஸென முட்ட வருகிறான். பொம்மி ஓடி ஒளிகிறாள். பின்னால் காலடி ஓசைகள் வலுக்கின்றன. ஏராளமான பாளைமரக்கொம்புகள் துரத்துகின்றன. அதன் இரைச்சல் ஒப்பாரியாகிறது. அவர்களுடைய பாட்டிக்கு வாய்க்கட்டு போட்டிருக்கிறார்கள். சின்னஞ்சிறு பொம்மியும் அல்லிமுத்துவும் நெய்ப்பந்தம் பிடித்துக்கொண்டு பாட்டியின் கட்டிலைச் சுற்றுகிறார்கள். சடக்கென பாட்டி எழுந்து தாசய்யா வின் கையைப் பிடிக்கிறான். 'எம்பேத்தியை அல்லிமுத்துக்கு கண்ணாலம் கட்டி வெச்சிருங்க..' நெய்ப்பந்தம் பொசுக்கென அணைந்து போகிறது. இருட்டில் பொம்மியின் மேல் ஒரு கை துழாவுகிறது. கறுத்த இருளில் தெரிந்த பல் வரிசையில் தங்கம் மின்னுகிறது. பொம்மியின் கை ஆவேசமாய் நீண்டதும் தங்கம் சுழன்று சுழன்று தெறித்து விழுகிறது. அதன் மின்னல் வீச்சில் அரசாணி மண்டபம் தகதகவென மின்னுகிறது. கிரீடம் தரித்த அல்லிமுத்து காத்திருக்க, கையில் மாலையுடம் இளவரசியைக் கூட்டி வருகிறார் பங்காரு. 'கூட்டிக் கொடுத்து கல்யாணம் பண்ற கேவலம்' என்கிறான் கோமாளி. கூத்துப் பார்த்துக் கொண்டிருந்த ஊர்க்காரர்களிடம் சிரிப்பு அலையோடுகிறது. பத்திரகாளியம்மன் காலடியில் செத்துக்கிடந்த அரக்கன் திடீரென எழுந்து வந்து மீசையை முறுக்கிக் கொண்டு, கெக் கெக் கெக் கெனச் சிரிக்கிறான். அவனது மீசை சட்டென நரைத்துப் போகிறது. கைகளிரண்டும் ஒடைக்கோல்களாக மாற, சுங்கு விட்டுக் கட்டியிருந்த முண்டாசை

அவிழ்த்து 'சொக்குப் பாடம்' போடுவது போல சொடுக்கிக் கொண்டே, தாம்பூலத் தட்டிலிருந்த வெற்றிலையை எடுத்துக் குதப்புகிறான். மோரின் புளிச்ச வாசனையடிக்கிறது.

பேய்க்கனவின் தொடர்ச்சியாக, பொம்மியின் அக்கா, "பொம்மி.. எந்திரிடி.." என்று படுத்திருந்தவளை உசுப்பி எழுப்பினாள். "ஏன் கச்சாயம் திங்கலியா... அப்படியே வெச்சிருக்கறே..." என்றவள் கிண்ணத்தில் கொண்டு வந்திருந்த மருதாணியை பொம்மியின் கால்களில் இட ஆரம்பித்தாள்.

6

கல்யாணமாகி இந்த மூன்று மாத காலத்தில் பொம்மி ரொம்பவும் தான் இளைத்துப் போயிருந்தாள். புது மாப்பிள்ளையையும் பொண்ணையும் உறவு வீட்டார் அழைத்துப்போய் விருந்து வைக்கும் சம்பிரதாயத்தில் ஒரு மாதம் விமரிசையாய்க் கழிந்தது. கோழிக் குழம்பின் ருசியும், வடை போண்டா கச்சாயத்தின் தித்திப்பும் நாக்கைச் சுழட்டியது. பொம்மியின் நங்கைமார் இருவரும் அவளைக் கட்டிக் கொண்டார்கள். கல்வாநாய்க்கனூர்க்காரி லட்டு செய்து போட்டாள். தேங்காய் பர்பியின் மணமோ பச்சப்பள்ளியெங்கும் அடித்தது. இரவில் அந்தந்த ஊரில் சினிமாப் படம் என்று தாம்தூம் எழும்பியது. குமிழியிட்டோடிய நாட்களின் உற்சாகத்தில் பொம்மி பங்கெடுத்துக் கொண்டாலும், அவளது கண்ணுக்குக்கீழ் கருவளையங்கள் படர்ந்து கொண்டுதானிருந்தன. சோகை படர்ந்த பொம்மியைப் பார்த்துக் கொண்டைகட்டி சிரித்தார். "மொதல்லே எளைச்சித்தா ஓடம்பு பிடிக்கும்.. ஒத்தநாடி ஒடம்பு தானே..."

அவருடைய சிரிப்பு சகிக்க முடியாததாக இருந்தது அவளுக்கு. அதில் படிந்த புகையிலை நாற்றம் அவளைச் சுற்றிச் சுற்றிவர ஆரம்பித்தது. அவளது புருஷனிடம் சாடைமாடையாகச் சொல்லிப் பார்த்தாள். பெயருக்கேற்ற மாதிரி தூங்கனாகவே யிருந்தான் அவன். தாட்டியமான கம்மங்கருதுகளின் தலையசைப்பைப் பராக்குப் பார்த்துக் கொண்டே அவளது பேச்சைக் கேட்டான். எண்ணமெல்லாம் அதன் பால் ருசியைப் பற்றியே சுழன்று கொண்டிருந்தது. கருதை நுள்ளி கம்புகளை உதிர்த்து தூவிகளை ஊதி அவளுக்கு நீட்டினான்.

தூங்கன் வெள்ளாமைக் காட்டில் பிறந்ததாலோ என்னவோ அவனுக்கும் வெள்ளாமைக்கும் அப்படி ஒரு ராசி. அவன் தொட்டுக் கொடுக்கச் சொல்லி விதைப் பண்டத்தை அவன் கையில் கொடுப்பார்கள் எணப்பொலிக்காட்டுக்காரர்கள். ஒரு ஏக்கராக இருந்த பூர்வீகச் சொத்து மூன்று ஏக்கராக மாறியிருந்த கதை, காய்ப்பு காய்த்திருந்த அவனது கையில் எழுதியிருக்கும். இரவில் பொம்மியிடம் படுத்துக்கொண்டு பூட்டை வாங்கும் நெல்லம் பயிரின் பூமணத்தை, பிடுங்கிப்போட்ட எள்ளுச் செடியின் எண்ணெய்ப் பிசுக்கைப்பற்றி, வெற்றிலையை அதக்கிக் கொண்டே பேசுவான். கொஞ்சம் கொஞ்சமாய் அவனிட மிருந்து வந்த மண்வாசனை அவளுக்குப் பிடித்துப் போனது.

எப்போதாவது ரேடியோவின் பாட்டு வாசனை வீசினால், திடுக்கென அவளுக்குள் இன்னொரு பொம்மி எழுந்து உட் காருவாள். மெல்ல மெல்ல அவளது குரல்வளையை இறுக்கி சீறித் தணியும் பெருமூச்சை அடக்கும்போது ஆவேசத்தின் ரத்தம் அவள் முகத்தில் உடைந்திருக்கும்.

அவளது கல்யாணத்திற்கு அல்லிமுத்து வீட்டார் யாரும் வரவில்லை. அவளது அக்கா புருஷன் முத்தையன்தான் முன்னின் றான். தன்னைவிட அந்தஸ்தான அல்லிமுத்து கை நழுவிப்போன குரூரமான சந்தோஷத்தில் தங்கப்பல் மின்னியது. பொம்மி அழவில்லை. அவளுக்குள் மௌனம் கமழ்ந்த வைராக்கியம் சூல் கொண்டிருந்தது. கல்யாணம் நடந்த போதும், மறுகளம் சாப்பிட உறவினர் வீடுகளுக்குப் போய் வந்த போதும், தனக்கு என்ன நடந்தது என்று பிரக்ஞையில்லாமலேயே இருந்தவளின் முகத்தில் தண்ணீர் தெளித்தாள் சிட்டம்மா.

சிட்டம்மாவை அத்தை என்றுதான் அழைத்தாள் பொம்மி. சிட்டம்மா அவளிடம் கனியக் கனியப் பேசினாள். கண்களில் மிரட்சி படபடக்க தனது வாழ்வை தற்காத்துக் கொள்ளும் சாதுர்யத்தின் உபாயம் அவளது பேச்சில் நெளிந்தது. “உங்க மாமனார்கிட்டே உஷாரா இரு புள்ளே...” அவளது முகத்தில் அவ்வப்போது குரூரமான ரேகைகள் குறுக்குவெட்டுத் தோற்றத் தில் நெளியும்.

பொம்மிக்கு அந்த வீட்டின் இருட்டும், புகையிலை வாசனை யும், அட்டாழியில் கிடந்த ஓடைக்கோல்களின் கறுத்த திரேகமும் அருவருப்பூட்டியது. கத்திரி நாற்றுகளுக்கு தண்ணீர் மாறிக்

கொண்டிருந்த தூங்கனிடம் மெல்லப் பேச்சுக் கொடுத்தாள்.

"வந்து ரண்டு மாசங்கோட ஆவுல்லே.. அதுக்குள்ளே தனியா போவணுமிங்கறே.."

"ஆமா, உங்கொய்யாவைக் கண்டா எனக்குப் புடிக்கலே.."

"ஏன்..? எங்கய்யா என்ன புலியா..?"

"அதைவிடக் கேவலம்.."

"ஏய் பாத்துப்பேசு புள்ளே.. பல்லைத் தட்டிருவேன்.."

"நான் அப்படித்தான் பேசுவேன்..." என்றவள் வெடுக்கென எழுந்து வீட்டை நோக்கி நடந்தாள். அவனுக்குள் சுரீலென்றது கோபம். பாத்தி முழுவதும் நிரம்பியிருந்த தண்ணீரின் எதிரலை கால்களில் பட்டது. சுதாரித்துக் கொண்டு, அடுத்த பாத்திக்கு தண்ணீர் திருப்ப மண்வெட்டியை வரப்பில் பாய்ச்சினான்.

வீட்டை நோக்கி நடந்துகொண்டிருந்த பொம்மியின் கால்கள் சட்டென உஷாராயின. வீட்டிலிருந்துதான் கசிந்து கொண்டி ருந்தது அந்த சத்தம். காலெட்டிப் போடப்போட சத்தம் பெரிதாகியது.

"சிட்டே, நீ எம் மருமவளுக்கு சொல்லிக் குடுத்திட்டு காரியம் பண்ணிட்டிருக்கறே.. இனி நீ இங்கே காலம் தள்ள முடியாது..."

"நான் அப்படி சொல்லிக் குடுத்திருந்தா மேலே இருக்கறவன் என்னைக் கொண்டு போவட்டும்.."

"கழுதே.. பேசாதே.. உன் சோலியப் பாத்துட்டு இருக்க வேண்டியதுதானே... நீ என்ன எம் பொண்டாட்டியா...?"

மோர் சிலும்பும் சத்தமும் கை வளையல்களின் கண்ணாடிக் கிணுங்கல்களும்.

"ஒழுங்காயிருந்தா யிரு.. இல்லேன்னா பொட்டியைக் கட்டு..."

பொம்மியின் கால்கள் நடுக்கத்துடன தோட்டத்தை நோக்கித் திரும்பின.

கருத்த இருட்டு போர்த்தியிருந்த அந்த இரவில் தூங்கனிடம் நைச்சியமாகப் பேசினாள் பொம்மி.

“தனியாப் போனா ஒண்டிக்கறதுக்கு வீடு கூட இல்ல..”

“ஏன் நம்ப தோட்டத்திலேயிருக்கற சாளைக்கு என்ன..?”

“செரி பாக்கலாம்..”

அவனது கண்களோடு தனது கண்களைக் கலக்கவிட்டாள். அவனது உடம்பில் வீசிய கத்திரிப் பிஞ்சுகளின் பசலை இதமாக இருந்தது.

அடுத்த நாளும் அதற்கடுத்த நாளும் என்று வெய்யில் அடித்துக் கொண்டுதானிருந்தது. கத்திரிப் பிஞ்சுகள், காய்களாகி, கோணிகளில் கவுந்தப்பாடி சந்தைக்குப் போக ஆரம்பித்தன. ம்ஹூம். இரவில் தலையைத் தலையை ஆட்டும் வெள்ளாட்டுக் குட்டி, விடிந்ததும் மனிதனாக மாறி விடுகிற அதிசயக் கதையை, கட்டில் தலையணைக்குச் சொல்லிக் கொண்டிருந்தது.

இந்த இரண்டு நாட்களாக முகத்தைத் தூக்கி வைத்துக் கொண்டிருந்தாள் பொம்மி. கிணற்றின் அடியாழத் தண்ணீரை உறிஞ்சுவதற்கு வாகாக, மோட்டார் பம்ப்செட்டை கீழ் பலகைக்கு இறக்கி வைப்பதில் மும்முரமாயிருந்தான் தூங்கன். சிட்டம்மா, அவளை மோர் சிலுப்பச் சொல்லிவிட்டு எருமைகளை மேய்ச் சலுக்கு ஓட்டிப்போயிருந்தாள். பொம்மியின் கைகள் இயந்திர மாய் அசைந்தன. துளும்பிச் சிதறும் மோர்த்துளிகளில் சின்ன வயசு நினைவுகள் தெரிந்தன. இருட்டுக் கட்டியிருந்த எதிர் காலமும், புகையிலை வாசனையும் இனம்புரியாத அச்சமும் பின்னிப் பிணைந்து பைத்தியம் பிடிக்கும் நிலைக்குத் தள்ளின.

அவள் பயந்தது போலவே தூரத்தில் சைக்கிள் தெரிந்தது.

அவள் நின்றிருந்த இடம் சிலீரென்றது.

சிலுக்காணியின் நடுங்கல்களினூடே மோர் சிலும்பியது. சைக்கிள் வாசலில் வந்து நின்றது. தராசை எடுத்துக் கையில் வைத்துக்கொண்டு அவளைப் பார்த்தார் கொண்டைகட்டி. தாறுமாறாய்ச் சிலும்பியது மோர். “இந்தா புள்ளே…”

ஓடிவந்து தராசை வாங்கிக் கொண்டுபோய் வீட்டில் வைத்து விட்டு, மறுபடியும் திண்ணைக்கு வந்து சிலுக்காணியின் கயிற்றைப் பிடித்தாள். அவளுடைய தடுமாற்றங்களை ரசித்துக் கொண்டிருந்தது சைக்கிளில் தொங்கிய புத்தம்புது மஞ்சள் பை.

கொண்டைகட்டி சைக்கிளை நிழலில் நிறுத்திவிட்டு, பையை எடுத்து விரித்துக் கொண்டே அவளை நோட்டமிட்டார். பல வர்ண ஜாலங்களுடன் விரிந்தது சிலுக்கு ரவிக்கைத்துணி. "இந்தா..."

சிலுக்காணியின் கயிறு உறைந்தது. அவர் மெல்ல அருகில் வர, அவள் சட்டென்று வாங்கிக் கொண்டாள். கொண்டைகட்டி, திண்ணையிலிருந்த அண்டாவில் தண்ணீர் எடுத்து சாவகாசமாய் முகம் அலம்பிக் கொண்டு வீட்டுக்குள் போனார். "மோர் ஒரு கெலாஸ் கொண்டா..."

பொம்மிக்கு நா உலந்து போயிற்று. திக்பிரமை பிடித்தவளாய் சுற்றிலும் ஒருமுறை நோட்டம் விட்டாள். ஒரு புழு பூச்சியில்லை. தனது வயிற்றுக்குள் எலி ஒன்று பாய்ந்து பாய்ந்து ஓடுவதை உணர்ந்தாள். மறுபடியும் வீட்டிலிருந்து குரல் வந்தது.

அவர் முன்னே மோரை நீட்டியபோது, பல்லைக் கெஞ்சிக் கொண்டு அவளது கைகளைப் பிடித்து வாங்கினார். அவள் பதறிப்போக, டம்ளர் கீழே விழுந்து மோர் கொட்டியது. "இதா பாரு புள்ளே, நாம் பாத்து கண்ணாலம் பண்ணியிருந்தா பெரிய பெரிய எடத்திலே பண்ணி வெச்சிருப்பே... உங்கொய்யன் கம்மலு மூக்குத்திதா போட்டிருக்கா... எதுக்கு ஒத்துக்கிட்டேன்...? ஏதோ நம்ப புள்ளே... ஒண்ணுக்குள்ளே ஒண்ணாயிருக்கலாம்னா சும்மா பிளுக்கறியே..."

அவள் வெளியே ஓடி வந்து திண்ணையோரம் குறுகி உட்கார்ந்து கொண்டாள். அவள் கண்களில் துளும்பிய கண்ணீரைப் பார்த்ததும் கொண்டைகட்டி கிசுகிசுப்பாய் பேசினார். ஆசை வார்த்தைகள் பேசப்பேச அவரது முகம் ஓநாயாக மாறிக் கொண்டேயிருந்தது.

தனக்குத் தெரிந்த சாதுர்யங்களையெல்லாம் கையாண்ட பின்பும் அவளது கண்களின் தீ எரிவதைப் பார்த்து திகைத்தது ஓநாய். காதுகள் ஜிவ்வென்று விரைத்துக் கொள்ள, "தெரியாதா உன் சாலாக்கு மசுரு.. கண்ணாலத்துக்கு முந்தி ரேடியோகாரனோட படுக்கப் போனவதானே.." ஆவேசமாய் அவளிடம் பாய்ந்தது.

தான் என்ன செய்கிறோம் என்று சற்றும் விளங்காமல் காறித் துப்பினாள். கால்களை உதைத்துக் கொண்டு கூச்சல் போட்டாள். பிடி நெகிழ்ந்ததும் நெட்டித் தள்ளிய அடுத்த கணம் அவளது

கால்களில் ரெக்கைகள் முளைத்திருந்தன.

7

அவள் தனியாக வந்ததில் கலவரமடைந்த பங்காரு தலையாட்டி னார். "என்னம்மிணி.. என்னாச்சி...?" அவள் மௌனமாக வீட்டுக்குப் போய்விட்டாள். மிகுந்த ஆதுரத்துடன் முதுகைக் கட்டிக் கொள்ளும் தாயின்மடி இழந்த துயரம் அவளுக்குள் விம்மியது.

பள்ளிக்கூடம் விட்டு வந்த தம்பி, அவளைக் கட்டிக் கொண் டான். "நல்லாவே சோறாக்க மாட்டேங்கறாருக்கா... தெனமும் புளிச்சோறுதான்.. எப்பவாச்சிம் ரசம்.. பருப்புக் கொழம்பு வெக்கவே மாட்டேங்கறாரு..."

அய்யா சமையல் கட்டுக்குப்போய் பல வருஷங்களிருக்கும். அம்மா செத்துப் போன பிறகு அக்காதான் சமையல் குண்டாக் களைக் கழுவினாள். அவளுக்குப்பின் பொம்மி, பொம்மி வீட்டுக்குத் தூரமாகியிருக்கும் மூன்று நாட்களில், கொதிக்கும் அரிசியில் புளியைக் கரைத்து ஊற்றி ஒரே புளிச்சோறாய் ஆக்கிவைத்து விடுவார்.

அடுப்பங்கரை புழுதி அண்டிக் கிடந்தது. கடுகு சீரகம் செலவுகள் எதுவுமில்லாமல் பெருங்காய வாசனையடித்தது. காய்ந்துபோன கருவேப்பிலைக் கொத்தை வீசிவிட்டு பக்கத்து வீட்டுக்குப் போனாள் பொம்மி.

கொஞ்ச நேரத்துக்குள்ளாக அடுப்பில் சாதம் கொதிபோட்டுக் கொண்டிருந்தது. பருப்புக் கடைந்து, ரசம் தாளித்து, தம்பிக்கு மல்லிப்பூ மொக்குகளைப்போல் பொலபொலவென்று தட்டில் சோற்றுப் பருக்கைகளை உதிர்த்தபோது அவனது கண்கள் சொருகிப் போய்விட்டன. அவன் கவளம் கவளமாகப் பிசைந்து தின்று கொண்டிருப்பதை கன்னத்தில் கைவைத்துப் பார்த்துக் கொண்டேயிருந்தாள்.

அவளுக்குத் திடீரென கோபம் மண்டையெங்கும் வீங்கியது. அய்யாவின் அவசரப் புத்தியை நினைத்து நினைத்து மருகி னாள். காறித்துப்பக்கூட வக்கில்லாத அல்லிமுத்துவின் முகம் ஞாபகத்துக்கு வந்தாலே அவளுக்கு எரிந்தது. தூங்கன் மீது, கொண்டைகட்டியின் மீது, பொக்கையன்மீது, அந்த உலகத்தின்

மீது, தன் விதியை இப்படி எழுதிய சாமியின் மீதே காறித்துப்பினாள். பலநூறு வருஷம் வாழ்ந்து முடித்த துயரம் அவளது மயிர்க்கால்களெங்கும் விம்மியது.

சைக்கிளின் மணிச் சத்தம் அவளது ஆற்றாமையைக் கிழித்துப் போட்டது. சடக்கென வெளியே ஓடி வந்து பார்த்தாள். அவள் புருஷனில்லை. மாமனாரின் சேக்காளியான கரணைவெட்டிப் பொன்னையன் சைக்கிளை வாசலோரம் நிறுத்திக் கொண்டிருந்தான். "ஏம்மிணி எங்கே உங்கொய்யன்...?"

"அதென்ன, அங்கே வெள்ளாட்டுக்குட்டிக்கு கோவைத்தளை பொறிச்சிட்டிருக்காரு..."

அவனது வருகையில் இனந்தெரியாத கலவரம் பரவி முகம் வெளுத்தது அவளுக்கு. 'மாமனார் வீட்டிலிருந்து தூது வந்திருப்பானோ.. எப்படியிருந்தாலும் தனிக்குடித்தனம் போனால்தான் வருவேன்னு தீர்மானமாச் சொல்லிட வேண்டியதுதான்..' என்று நினைத்துக் கொண்டாள்.

8

மண் பிணைந்து கொண்டிருந்த குயவனாரின் கைகளில் பசும் மண்வாசம் கமகமத்தது. ஈரப்பதத்துடன் திரண்டிருந்த கவளத்தை உருட்டி அச்சுச் சக்கரத்தில் வைத்துச் சுழற்றும்போது வெந்து போன பெருமூச்சு அவரிடமிருந்து வெடித்தது. லாவகமான சுழற்சியினூடே களிமண் பிசிறுகளை வாகாக வழிக்கும் நுட்பத்தில் சிருஷ்டியை உருவாக்கும் அவரது கண்கள், உயிர்ப்பற்று சூம்பிப் போய்க் கிடந்தன. செத்துப்போன முகத்தில், சக்கரத்தின் சுழற்சி சுழன்று சுழன்றோடியது.

இந்த வருஷத்திலேயே இரண்டுமுறை செய்ய வேண்டி வந்துவிட்ட கொடூரம் மனசைப் பிசைந்தது. சுற்று வட்டார நாய்க்கர்களூரில் இப்படி ஒரு அசம்பாவிதம் என்றால் முதலில் பதறியடித்துப் போகிறவர் அவர்தான். பானை செய்து கொடுத்ததிலிருந்து நான்கைந்து நாள் கோயில் பக்கம் பைத்தியக்காரனாய் சுற்றிக் கொண்டிருப்பார். நிலைகொள்ளாமல் அலையடிக்கும் எண்ணங்களின் இரைச்சல் அடங்க வெகுநாள் பிடிக்கும். அவருக்கு நினைவு தெரிந்த நாளிலிருந்து ஏழெட்டுப் பச்சைப் பானைகள் செய்திருக்கிறார். ஒரு பானையும் மிஞ்சியதில்லை. தாத்தா காலத்தில் ஒருமுறை, தண்ணீர் கணியாமல் சுட்டபானை

கணக்காய், இறுகிப்போய், சுண்டினால் கிணுங்கென்ற சத்தத்துடன் இருந்த கதையை, அவரது அய்யா அவருக்குச் சொல்லியிருக்கிறார். அதைத்தான் தனது மகனுக்கும் சொல்ல வேண்டியிருக்கும் என்ற பெருமூச்சு சுழன்றது. திருகைச் சக்கரத்தில் கரகரவெனச் சுற்றிக் கொண்டிருந்தது பச்சை மண்.

9

தலையைச் சுற்றிக்கொண்டு வந்தது பொம்மிக்கு. சுற்றிலும் நின்று கொண்டு அக்காவும் பக்கத்து வீட்டுப் பெண்களும் இறைந்து கொண்டிருந்தார்கள். அவளுக்கு ஒன்றுமே விளங்கவில்லை. அவள் கண்ணிமைக்கும் நேரத்தில் எல்லாமே நடந்து முடிந்து போய்விட்டன.

தன்னைப் பார்க்கவந்த திருச்செங்கோடு கடலைக்காய் வியா பாரியுடன் பொம்மி கெட்டுப் போய்விட்டதாக பஞ்சாயத்துக் கூட்டினார் கொண்டைகட்டி.

கூட்டத்தின் நடுவாந்திரமாக இடுப்பில் துண்டைக் கட்டிக் கொண்டு தலை குனிந்து நின்றான் தூங்கன். ஓடிப்போய் அவனது மார்பில் ஒடுங்கிக் கொண்டு தனது துன்பங்களையெல்லாம் சொல்லியழத் துடிதுடித்த பொம்மியின்மீது அழுகி விழுந்தன சொற்கள். குருத்துப்பூச்சி தாக்கிய நெல்லம்பயிரின் வெளிறிய பசுமை தூங்கனின் கண்களில் நிழலாடினாலும், சாதிக்கட்டுப் பாட்டின் வலைப்பின்னலில் அகப்பட்டுக்கொண்ட அவனது ஆகிருதியின் துயரம், கோபம், இயலாமை எல்லாமே அவன் இடுப்புத் துண்டின் முடிச்சுகளில் இறுகியிருந்தது.

பஞ்சாயத்தார் பொம்மியிடம் விசாரித்தார்கள்.

பொம்மி, “அப்படி எதுவும் நடக்கவேயில்லை..” என்று சேலை முந்தானையைப் போட்டுத் தாண்டினாள். “அன்னிக்கு இவுரு கையைப் புடிச்சி இழுத்ததுக்கு காறித் துப்பீட்டு வந்துட்டே.. அதை மனசிலே வெச்சிட்டுத்தா இப்படி பழி பாதகம் போட றாரு...”

கூட்டத்தில் இரைச்சல் எழுந்து நியாயத்தின் ஆணிவேரை உசுப்பியதில் வெலவெலத்துப் போனார்கள் பட்டக்காரர்கள். சுற்றிலும் எதிரொலித்த பெண்களின் ஆவேசமான பேச்சுக்களில்

ஓடிய நியாயத்தின் சரடை வாஸ்தவமாகப் பிடித்துக் கொண்டார் செட்டிபாளையம் பட்டக்காரர்.

“வேணும்னே பழிபோட்டா நம்ப மாரக்காளைக் கும்பிட்டு அவனுக்கு சாபம் குடுத்துருவமில்லே...”

“தப்பிக்கறதுக்கு எம்மேலேயே பழியைப் போடறவ எப்பேர்ப் பட்ட பொம்பளையா இருப்பான்னு நீங்களே பாத்துக்குங்க பட்டக்காரரே...”

தாசய்யாவை அழைத்து கல்லுக்குறி ஜோசியம் பார்த்தார்கள். அவரது கைகளில் குலுங்கிய கற்கள், ‘கள்ளப் பேச்சு இருப்பதாக’ சொல்லின.

குரல் கம்மிப்போன தொண்டையில் பங்காரு பேசினார். ஏழைப் பட்டவங்களுக்கு ஒரு நியாயமும் இருக்கிறவங்களுக்கு ஒரு நியாயமுமாக ஆகிப்போன துயரத்தை வார்த்தைகளில் கொண்டு வரமுடியவில்லை அவரால்.

“அந்த வியாபாரியை அழைத்து விசாரிக்க வேண்டும்..” என்று ஓரிருவர் உயர்ந்தபோது, அவர்களின் குரல்வளைகள் நெரிக்கப்பட்டன.

“அப்பிடி ஒரு வழக்கம் எந்தக் காலத்திலுமேயிருந்ததில்லே..”

பஞ்சாயத்தின் பல்வேறு குரல்கள் கிளை வெட்டிவெட்டி ஓடித் திரிந்ததில், தங்கள் கையை விட்டு வழுக்கிக் கொண்டு போவதையுணர்ந்த பட்டக்காரர்களின் குரல் முடிந்த முடிவாய் உயர்ந்தது.

“நாங்க இப்ப சொல்ற சத்தியத்துக்கு, பஞ்சாயத்துக் கூட்டின வங்களும், கூடியிருக்கற இந்த ஊர் சனங்க எல்லாரும் கட்டுப்பட வேணும். இது நம்ப வம்சத்து மேலே சத்தியம்..”

தூங்கனையும் பொம்மியையும் அழைத்து எதிரும் புதிருமாய் நிறகவைத்தார்கள். பொம்மி தூங்கனின் கண்களை நேருக்கு நேராய் வெறித்தாள். அவனது கண்கள் தூரத்தில் தெரிந்த இருளில் தொலைந்து போயிருந்தன.

ஏழூர் பட்டக்காரர்களும் திரண்டிருந்த அந்த நியாயத்தில் கொண்டைகட்டி மேல் சாபம் கொடுத்தார்கள்.

“வாள்ற ஒரு பொண்ணு மேலே வீண் பழிபோட்டு இந்த மாதிரி செஞ்சிருந்தா… நம்ம மாளகோயில்லே இருக்கிற மல்லவ்வா அவன் வேர் போன பக்கமெல்லாம் வெந்தண்ணி ஊத்துவா… மூணு மாசத்திலே அவனுக்குக் கைகால் வீங்கி வயிறு உப்பி செத்துப்போகோணும்..”

“இந்தப் புள்ளே நம்ம மல்லவ்வாமேலே சத்தியமா அப்பிடி எதுவும் நடக்கலேன்னு சொல்றா.. கொண்டைகட்டி கண்ணாலே பாத்ததா சொல்றா… பச்சைத் தண்ணியிலே வெளக்கெரியற நம்ம குருவு பொம்மன் மேல சத்தியமா அவ பச்சைப்பானை எடுக்கோணும். அப்படி எதுவும் அவுசாரம் போகாம பத்தினியா இருந்தா, நம்ம ஏழு பதனாலு கொடுத்தவாக்கு முறைப்படி, சீரங்கம் ரங்கநாதர் மேலே சத்தியமா, தாசனூர் பொம்மையா மேலே சத்தியமா, மாரக்கா மேலே சத்தியமா, நம்ம தேவர் மேலே சத்தியமா, நம்ம வம்சத்து மேலே சத்தியமா, இந்த மண்ணுமேலே சத்தியமா, பச்சப்பானை கரையக்கூடாது…” எழுந்து மண்ணை எடுத்துப் பொட்டு வைத்தார் ஆலத்தூர் பட்டக்காரர்.

கிழக்கு நோக்கி கைதூக்கித் தொழுதபோது பட்டக்காரர்களின் வேட்டி முந்தியில் காக்கையின் எச்சங்கள் ஒட்டியிருந்தன.

10

இருட்டின் கருத்த நாக்குகள் பொம்மியை விழுங்கிக் கொண்டிருந்தன. ஓதம் பாவிய தரையில் முடங்கிக் கிடந்தவளின் கால்கள் மீது தொடு உணர்ச்சியை உணர்ந்தவள் கண்களைத் திறந்து பார்த்தாள், எதிரே அவளது தம்பி.

“அக்கா, நாம இந்த ஊரைவிட்டே ஓடிப் போயிரலாம்க்கா… நா உனக்கு வேலைக்குப் போயி கஞ்சி ஊத்தறேன்…” அவனது அழுகைச் சத்தத்தில் இரவு விழித்துக் கொண்டது. அக்காவின் பெருத்த கேவல் ஒலி விம்ம, பங்காரு முகம் உடைந்து கதற, அந்த இடம் சட்டென நழுவி அதல பாதாளத்தில் வீழ, பிரக்ஞை தவறியது பொம்மிக்கு.

அவள்மீது விழுந்த சவுக்கின் சொடுக்கல்களில் கண்களைத் திறக்கிறாள். எதிரில் நின்றிருந்த ஜமதக்னி முனிவர் தனது மகன் களிடம் கேட்கிறார், “உங்களில் யார் உங்கள் அம்மாவைக் கொல்லப் போகிறீர்கள்?’

ரேணுகாதேவி முனிவருக்கு ஜலம் கொண்டுவர ஆற்றங் கரைக்குப் போகிறாள். கற்புக்கரம் பட்டு ஆற்றங்கரை மண், மண் கலயமாக மாறி விடுகிற அற்புதம் அனுதினமும் நடந்து வருகிறதை தலை சுழித்தோடும் நதி நீரின் துளும்பல் சொல்லிப் போகிறது. ஆகாயமார்க்கமாய்ப் பறக்கிறது கார்த்தவீரியார்ச்சுனனின் ரதம். பச்சைமண் பானையில் தண்ணீர் அள்ளும்போது தெளிந்த ஸ்படிகத்தில், கார்த்த வீரியார்ச்சுனன். ரேணுகா தேவியின் உடம்பு அந்தக் குளிரிலும் ஜிவ்வென்று உஷ்ணத்தை உணர்கிறது. ஹோ..பச்சை மண்பானை கரைந்துவிட்டதே.. ஐயகோ....

பற்களை வெறுவுகிறார் முனிவர்.

"யோவ் கெழுட்டுத்தாடி... பச்சை மண்ணிலே செஞ்ச பானை தண்ணி பட்டதும் கரையாம என்னய்யா செய்யும்... பிளாஸ்டிக் கொடமா வாங்கிக் குடுத்திருக்கறே...?" என்று முகத்தைக் கோணிக்கொண்டு சொல்கிறான் கோமாளி. சவுக்கின் நீண்ட கொழுந்தை அவன்மேல் வீசுகிறான் கூத்தாடி. "ஐயோ" என்று புட்டத்தைத் தடவிக் கொண்டு கோமாளி ஓட பலமாய்ச் சிரிக்கிறார்கள் கூத்துப் பார்க்கும் ஜனங்கள்.

கோடரியைத் தீட்டிக் கொண்டிருக்கிறான் பரசுராமன். "தந்தையே நான் வெட்டி வருகிறேன்..." பரசுராமன் கோடரியை வீசுகிறான், ரேணுகாதேவிக்குப் பதிலாக தனது தலை உருண் டோடுவதை உணர்கிறாள் பொம்மி...

(அக்டோபர் - டிசம்பர் - 1994. நன்றி: குமுதம் - ஏர்இந்தியா நடத்திய நாவல் போட்டியில் தேர்வாகி குமுதம் இதழில் தொடராக வெளிவந்தது)

பலிபீடம்

அந்தக் கல்லிருந்து அவள் எழுந்து வருவாள் என்று அவன் சற்றும் நினைத்தானில்லை. கற்துகள்கள் உதிர உதிர கறுத்த கல்லைப் பிளந்து கொண்டு வெளியே வந்தாள் ரேணுகாதேவி. பாறைத்தோலின் தடிப்புகளும் உடலமைப்பின் புடைப்புகளும் ஒன்றிணைந்திருந்த சிடுக்கலை வெகுநுட்பமாக இழைந்தெடுத்தது அவன் கை விசை. உளியின் மொழி வீச்சில் காலத்தின் சில்லுகள் தெறித்து விழுகின்றன. அவன் மண்டையெங்கும் வண்டுகளின் ரீங்காரத்தில், ஊழி பல தோய்ந்த புழுதி தேகமாத்யந்தமும் சுழட்டியடிக்க, உளியின் பிலத்துவாரம் பெரி தாகிக் கசியும் ஒளியில், காலடி எட்டிப் போடும் மிதப்புகளில், இருட்பந்தாய் அசையும் நிழல்வெளி நீட்ட நீட்ட நெளிநெளியாய்ச் சுருண்டு குடைந்து நீளும் கற்பாதையின் சுழற்சி, தலையைக் கால்களாகவும் கால்களைத் தலை களாகவும் மாற்றிப்போடும் பாசம் படிந்த தொல்சுவர் விரிப்பில் மோதிச் சிதைந்து பூஞ் சனம் பூத்த அவன் கால்களில் நுரை சுழித் தோடும் நதிக்கரையின் நாணற்புதர்களில்

மண்டியிருந்த இருள் மெல்ல விலகிக் கொண்டிருக்கிறது. அதி காலைக் குளிரின் முயங்கலுடன் ஈர மணலில் கால்களை எத்தி நடக்கிறாள் ரேணுகா. முடிந்திருந்த கூந்தல் கற்றைகளை அவிழ்த்து வீசி நடக்கிற காற்று. முகத்தில் ஒருக்களித்து விழுந்த அவைகூட மேலும் அழகுதான். மஞ்சில் விறைத்துக் கிடந்த நதியின் இளம் பல் உளியின் செதுக்கலில் பட்டு நீர் வளையங்கள் சுழல் கின்றன.

சூரிய வளையங்களின் கடைசலில் சிக்கிக்கொண்டவனாய் கற்பாறையினடியில் கிடந்தான் அவன். காலங்களற்றுச் செதுக்கும் கணந்தோறும் உளியின் மொழியமைப்பையும் மீறி நெகிழும் பெண்மையின் பொலிவில், சுடர் விட்டெழும் அற்புதம். நதியின் அலைமேடுகளில் தலைசீவிச் சரிகிற அவளது எழில்ரூபத்தில், ஒரு அகண்டவெளி மற்றும் ஒரு புதிர். யாகசாலைக்கு ஜலம் கொண்டு போக வரும் கற்புக்கரங்களில் பானையாய்த் திரளக் காத்திருக்கும் ஆற்றங்கரை மண்ணின் பிசுக்குகளில், தானே ஆஹ¬தியாய் உருகும் திணையை, துளைபடாத நாணல்கள் ஆனந்தக்களி பாடுகின்றன. ஓங்கிய உளியின் கூச்சம் அவனது இருதயத்தைக் களிமண்ணாய்ப் பிசைந்து, உடலைத் திணித்துச் சுருட்டி, உருண்டையாய்த் திருகி இரண்டு கைகளிலும் கோள மாய் உருட்டிக் கொண்டிருந்தாள். உளியோசையின் எல்லையற்ற வெளியில் சிருஷ்டியின் தரிசனம் விரிகிறது.

நதியின் சில்லிப்பில் ஈரம் பரவி உளியின் நெகிழ்ச்சியில் பாறை இறுகுகிறது. உளியின் கூர்மைக்கும் கற்பாறைக்கும் இடையில் சமையும் கணங்களில் சம்பவிக்கும் புன்னகை மண்டும் வேதனை இரும்பூதெய்தும். புஞ்சையோடியிருந்த அவனது முகவாய்க் கற்றைகளைக் கோதுகிற காற்று. வெளியினில் நதி யின் நீரோட்டம் கண்களில் நிறையும் நடுக்கமும், அலை யடித்து வரும் பிரவாகத்தைக் கலைத்து தண்ணீர் அள்ளும் அவளின் கண்காணாத சுழற்சியும். பசும்பானையின் தெளிந்த படிகத்தில் தனது கேசம் கலைந்து கிடக்கிறது. உளியின் முனை அவளது நடுவகிடைச் சீவி எடுக்க, குழலின் சுழற்சி சுழன்று சரிந்தபோது குடத்தின் ஜலக்கண்ணாடியில் பிம்பம் சட்டெனக் கலைய, ஆண்மையின் மிடுக்கு, அதிரூபலாவண்யம், கார்த்த வீரியார்ச்சுனன். கற்பரப்பு முழுமைக்கும் உஷ்ணத்தின் வலைப் புயல். உளி பாய்ந்து பாய்ந்து முகமெங்கும் அளைந்ததில் தீப்பொறி உராய்ந்து காற்று. மண்குடம் கரைந்து ஓடும் நதியில் நழுவுகிறது.

உளியின் பிரக்ஞை தவறியது. புழுதிச் சுழலில் சிக்கிய அவன் தாடி நீண்டு நீண்டு சிலையைச் சுற்றிய இறுக்கத்தில் நெரிந்து காட்டுகிறது காற்றின் தொடர்ச்சி. அவள் உளியின் மீது உராய்ந்து கொள்வதும், நதியின் அலைக்கரம் காலடி மண்ணைக் கவ்வி இழுக்க கீழே விழுந்து கொண்டேயிருப்பதுமாய், உளியின் வடிவம் வெயில் பட்டு உருகியோடி ஒழுகுகையில் பாறையின் நெகிழ்வு உள்முகம் நோக்கி, மேலும் கீழுமாய் நடக்கிறார் ஜமதக்னி முனிவர். “உங்களில் யார் அவளைக் கொல்லப் போகிறீர்கள்..?” முனிவரின் துருவேறிய கண்களில் நிறங்கள் மாறிமாறிப் பிரிகின்றன. மைந்தர்கள் செய்வதறியாது தலை கவிழ, பரசுராமனின் மழு உயருகிறது. “தந்தையே, நான் அன்னையை வெட்டி வருகிறேன்” சடக்கென நடையை நிறுத்தி ஏறிட்டுத் தனயனைப் பார்க்கிறார் ரிஷி. அவரது எரியோம்பிய கரம்பட்டு சாம்பற் பூத்த குண்டத்தில் சூன்யம் அசைகிறது.

கல் திடுமென கெட்டி தட்டிக்கெண்டு வருவதை உணர்ந்தது உளியோசை. திரடு கட்டிய இறுக்கம் க்ரீச்சிட்டு உள்ளங்கையின் அழுந்தலில் புடைத்தெழுகையில், லாவகமான இயங்கு விசை மாறி ஊர்த்துவ தாண்டவமாய் கைப்பிடியில் அவிழும் முத்திரை. கோடரி, ரேணுகாதேவியின் தலைக்கு மேலாக அசை கிறது. குருதித் துளிகள் தெறித்த நீர்ப்பரப்பு திகைத்து சுளித்து மங்கியது நிறமிழந்து.

உரிக்கப்பட்ட பாறையின் முன்னால் உழன்று கிடந்த அவன் உடம்பெங்கும் அதீத கணங்கள் சூழ்ந்து உளிக்கீற்றில் வெயில் பொசுங்கியது. கல்லின் வாசனை மங்கி கொஞ்சம் கொஞ் சமாய் சிறுத்து உளியின் தனிமையில் கரைந்து சூரியன் பட்டுத் தெறிக்கும் அதன் நடுக்கத்தில் தானும் ஒரு அதிர்வுக் கணமாக உதிர்ந்ததைக் கண்டான். கல்லுக்கப்பால் உயரும் கூந்தல் கற்றைகள் தன் சுழற்சியால் மலர் மொக்கென விரிய, உளியின் இரும்பு இயக்கம் கால்களில் பட்டோடியது. பரசுராமனின் குருதி தோய்ந்த மழுவும், அளகபாரம் கலைந்த ரத்தமும் சதையுமான தலையும்; முனிபுங்கவர் திகைக்கிறார். “கேள் மகனே, உனக்கு என்ன வேண்டும்..?” தழுதழுக்கின்றது தந்தையின் குரல். தன யனின் தீர்க்கமாக நாசி உயருகிறது. “அம்மா” ஒரு கணம் விக்கித்த தபஸ்வி கமண்டலத்தை எடுக்கிறார்.

கல்லின் நுட்பங்கள் அறிந்த உளியோட்டம் திகைக்க, கல்லின் போக்கு கைக்குள் அடங்க மறுக்கின்ற விபரீதம் தொடர்ந்தது. அதன் தன்மை நொடிக்கு நொடி மாறி நிற்கும் அமானுஷ்ய

கணங்களில் அவனது உள்ளங்கையில் ஊடுருவியிருந்த சிற்ப சாஸ்திரம் திகைத்தது. அவன் சிரசுக்குப் பின்னால் சுழன்ற கற்கிடங்கு திகைத்தது. படைப்பின் கலை வன்மை நெக்கிடுகின்ற கற்பிரிகைகள் அவனைச் சுற்றிலும் அசைகின்றன. பாறைத் தோலின் முதல் கீறலில் துடிக்கும் உயிர்த்தாரை, பொங்கிப் பிரவகித்தோடி மெல்ல மெல்ல தனது நுட்பங்களையெல்லாம் திறந்து காட்டி முழு ஜீவனும் அவனது உழுபடையில் தொங்கிக் கொண்டிருக்குமே... பூரண விளைச்சலில் புடம் போட்ட கல்லின் பக்கங்கள் தோறும் காத்துக் கிடக்குமே, வெளிப்படுத்தவல்ல ஒரு சிறு இசைவு...

நட்சத்திரங்களற்ற இருள் மெதுவாகப் புரண்டு கொடுக்க, ஒளி பாய்ந்திருந்தது நதிதீரம். ரேணுகாதேவியின் செவ்வரி உறைந்த சிரத்தோடும், நீர் சுமந்த கமண்டலத்தோடும் ஓடிவந்த பரசுராமன் கண்களில் உளியின் திகைப்பு. அதிர்ச்சியின் செங்குத்துப் பாய்ச்சலில் எழுந்து வந்த ஒரு பிரம்மாண்டம் வாழ்வையும் மரணத்தையும் ஒரே பாய்ச்சலாகத் தாண்டுகிறது. மணற்பரப்பின் நீண்ட படுகை, நாணற்புதர்களின் அடர்த்தி, உயரும் சரிவுகள் கண்முன்னால் விரியும் திசைகளெங்கும் அலைந்தோடிய கால்களில் அம்மாவின் உடல் தட்டுப்படவில்லை. காதுகளில் சீறுகிறது விலங்கின் காலடி வாசனை. கபாலமெங்கும் சூலநாவுகளின் தீண்டலில் கால்களில் பின்னிய நெளிவுச் சுழல் சுழட்டி வீச கண்கள் சொருகி சரிந்தபோது, தன்னைத் தானே விழுங்கும் காலசர்ப்பத்தின் வளையம் ஒரு அற்புதமெனக் கவிகிறது. எதிரே தோன்றுகிறாள் வண்ணாத்திப் பெண். பெண்மையின் பூரணத்துவம் கொண்ட உடல். முதுகில் தீட்டாடைகளுடன் ஆற்றை நோக்கி நடக்கிறாள். சூரியனின் பொன்ரச்மிகள் மின்னும் ஆற்றுப் பரப்பு கண் சிமிட்டுகிறது. பரசுராமனின் கோடரி உயருகிறது. வண்ணாத்தியின் தலை துண்டாகி வீழ, அழுக்குக் கமழ்ந்த உடம்பில் அன்னையின் சிரத்தைப் பொருத்துகிறான்.

பின்பு அவள் அற்புதமாக எழுந்தாள். தசைக்கோளம் பரவிய பாறையின் நெகிழ்ச்சியில் பச்சையோடிய நரம்புக் கொடிகளின் ஜீவ ஓட்டம் உள்ளோடிக்களிக்க, உடலைத் தழுவித் தனக்குள் சுருட்டிக் கொண்டு நித்யத்துவம் தந்தது சிலை.

'க்ளுக்' கென்று சிரிக்கிறது நதி.

மெல்ல மெல்ல சிருஷ்டியின் தோற்றம் பூரணத்துவமெய்ய பீறிடும் கலாபோதத்தில் சொருகிக் கிடந்தான் அவன். கலையின் சுவாசத்தில் சுழலும் பரிமாணங்களினூடே அலைவுறும் தன்மை

கௌதம சித்தார்த்தன் | 109

யின் ரெக்கைகளில் உள்முகமாய் அசைகிறது பிரபஞ்சம். கையெழுத்திடும் இறுதிக் கீறலாய் கண்களைத் திறந்து கொண்டிருந்தது உளியின் விகாசம். வாழ்வுக்கும் இறப்புக்குமான பேரர்த்தத்தை அவிழ்க்கும் குறியீடாக நின்றிருக்கும் அவள். இறப்பிலிருந்து வாழ்வை மீட்டெடுக்கும் குறியீடாக நின்றிருக்கும் அவன். உளியின் கைப்பிடி நழுவ கல்விழிகளின் நிலை குத்தல்களில் நின்றெரிகிறது ஓயாத காலாக்னி. அவனுடைய கண்களும் அவளுடைய கண்களும் சந்திக்கும் நேர்கோட்டில் திறந்து கொண்ட புதிர்வழியின் குகையிருளில் தன்னகத்தே இழுத்துக் கொள்ளும் சுருள்வாளின் பசிய இதழ்களோடு சிலைக்குள்ளிலிருந்து ஒரு கை நீண்டு அவனைச் செதுக்கி எடுக்கிறது.

வியர்த்தம் வியர்த்தமென்று உதிரும் கற்பாறைகளின் சில்லுகள். சநாதன வீச்சத்தின் வெறிச்சிரிப்பு. மணியின் வெண்கல உறுமல் எதிர்ப்படும் கோபுரங்களின் வான் தொடுகை. வெண் புறாக்களின் பதற்றமுறும் ரெக்கையடிப்பு.

“எனக்கு உடல் எங்கேடா..?”

மூவிழைக் காலத்தில் அவன் சுழன்றேக, ஆலயத்துக்குள் ரேணுகாதேவியின் சிலையைத் தேடி அலைந்தான். வர்ண தர்மங்களின் வெறி ஊளைகள் கோயில் பிரகாரங்களில் பட்டுத் தெறித்து, காலக்கிடங்கின் சாம்பல் வர்ணத்தில் மனுவின் நகைப்பு முதுகில் வெடித்து, துருவேறிய சூரியனைக் கவ்வித் தின்கிறதே. வண்ணாத்திப் பெண்ணின் அலறல் தேய்ந்து கடவுளர்களின் தரிசனத்தில் பிரமிக்கும் விதானங்களைப் பார், மந்திரங்களின் தொணதொணப்பில் முக்குளிப்பதை. கேள்: ஆடைகளின் துவையோசை தாழ்வதையும், ஆச்சார அனுஷ்டானிகளின் சங்கொலி உயர்வதையும், நதிதீரம் மறைந்தது. ஊறுபட்ட கற்கள் மறைந்தன. கோடரியின் கூர்மை மறைந்தது. எல்லாமே மறைகின்றன. சிரிக்கின்றன வானுயரும் தம்பங்களின் கற்சாயைகள். ஆலயவெளிகளில் ரத்தத் தீட்டுகள் பட்ட உடற் பகுதி எல்லையற்ற சில்லுகளாக உடைந்திருக்க, வெறும் தலை மட்டுமாகத் தொங்கிக் கொண்டிருந்தாள் ரேணுகாதேவி. குருதி அபேதத்தில் ஒழுகும் மனித வாழ்மை அர்த்தமற்றொழிகிறது. ஜீவனற்று ஆலயத்தில் வீற்றிருக்கும் தலை.

(ஆகஸ்டு - அக்டோபர் - 1995. நன்றி: உன்னதம்)

பச்சைப் பறவை

1

அவள் கைகளில் குத்தியிருந்த பச்சையின் வினோத வடிவங்களில் ஒளிந்திருந்தது அந்தப் பட்சி. நுட்பமான குஞ்சங்களின் சித்திரக்கரை கட்டிய கருத்த கோடுகள் மரபின் கலைத் தன்மையுடன் நெளிந்து உள்நோக்கிச் சுழன் றோடி உடம்பெங்கும் மிளிர்ந்த விந்தைமிகு தோற்றங்களில் பழுப்பு நிற ரெக்கைகள் அசைகின்றன. ஒருகணம் தன்னைப் புரட்டிப் போட்டவிட்ட ஆகிருதியின் நடுக்கத்தில் திரைந்து போனான் அவன். சற்றுமுன் திரும்பிய அவளது கண்களில் ஒளிர்ந்த பறவையின் முறுவல் அசையாடிக் கொண்டிருந்த புலனில், அவளைப் பற்றிய விபரீத உணர்வுகள் தனக்குள் அடரக் காரணமென்ன என்று யோசித்தான். நிறம் பிறழ்ந்த சிகையின் முடிச்சுகளில் சுருளும் காற்றில், சிமிக்கிகள் அசையும் ஆடைகளின் வண்ணமும் — உடம்பில் கோர்த்தோடிய ஆபரணங்களின் தொன்மையும் இணைந்த தோற்றத்தின் அதீதக் கலவையாய் அவனுக்கு

முன்னே நின்றிருந்தாள் அவள். ஆசுவாசத்தின் மையத்தில் சுழலும் புதிரோட்டத்தினூடே உழன்று திரிந்த கருவண்டின் ரீங்காரம் காது ஜவ்வுகளைத் துளைத்தது. அவனுடைய கூழாங்கற்களில் ஒட்டிக் கொண்டிருந்த ஈரத்துளியின் பிசுபிசுப்பில் நெளியும் மண் புழுவைத் தூண்டில் முள்ளில் சொருகி வீசியதில் அசைகிற தக்கையின் தண்ணீர்ப் பரப்பில் சுழலும் அவனைச் சுழற்றுகிறது, அவளது கைகளில் சுருண்ட பச்சைக் கொம்புகள். வட்டச் சமைவுகளாய்ப் புரண்டிருந்த அதன் ஈர்ப்பு விசை அவனைக் கொளுவியிழுத்த சற்றைக்கெல்லாம் கண்டான், அவள் உடல்மீது எழுதியிருந்த புதிர்மொழியின் கண்ணிகளில் தன் கால்கள் நுரைதள்ளிக் கொண்டிருப்பதையும், ஓயாமல் எழுதிச் செல்லும் ஒற்றை இறகையும்.

கைகள் இருக்க வேண்டிய இடத்தில் ரெப்பட்டைகள் முளைத் திருந்ததான இளம்பருவத்துச் சம்புகளின் பறவை வீச்சம் வீசத் தொடங்கியது. கண்ணியின் நுண்சுழல் தூக்கணாங் கூட்டின் ஆயிரங்கால் பின்னலாகக் கால்களில் முறுக்குகிறது. வாகாய் விரிந்திருந்த உண்டைவில்லின் விசை இழுபட இழுபட மங்க லாகிக் கொண்டே போன மஞ்சக்குருவி, சரேலெனச் சுண்டிய கணத்தில் நெருங்கிவந்த அற்புதம். சம்புகனோடு சேரக் கூடாதெனத் தன் வீட்டார் கிழித்த கோட்டில் காலூன்றித் தாண்டினால், சாணத்தில் வைத்துப் பொரித்துத் தின்ற சாம்பல் முட்டைகள் நாக்கைச் சுழட்டுகின்றன. ரெக்கை விரிப்பின் கசிவுகளில் சிந்திய சூரிய மஞ்சளிலும், செம்போத்தின் கூவலில் வழியும் இசைத்திரளிலும் அவன்.

ரயிலின் ஒலிக்கூவல் திடுமெனக் காதுகளில் அதிர்ந்தது. நிகழின் ஒலிச் சமிக்ஞையாக, மத்தியான வெயிலில் கரைந்துள்ள ஜனத்துடிப்புகளாக, பிரயாணமாக.

நீளும் இந்த ரயிலில் இதற்கு வெளியேதானிருக்கிறது பயணம் என்பதை வெறிச்சிட்டுப் போயிருந்த அமைதி தெரிவித்தது. பத்திரிகையில் அசைபடும் எழுத்துக்களிலும், எங்கோ வெறித்த ரகசிய மௌனங்களிலும், கனவுக் கூட்டின் பொறிகளிலும் பாதுகாப்பாயிருந்தவர்களிலிருந்து விலகி வந்தான் அவன்.

ஏந்தியகட்டாரியுடன்அசைந்துவரும்கொட்டுமுழக்கின்உறுமியில் முண்டாசுத் தலையின் சுங்கு விரைக்க, சங்கு சேகண்டி முழங்கும் கொற்றக்குடையின் கீழ் வருகிறார் பட்டக்காரர். பச்சைலாடம் அவரது இறுகித் திரண்ட முண்டாக்கள் இரண்டிலும் பதிந்து

நெற்றிச் சுட்டியின் சகடக் கால் பச்சையாய்ச் சுழல்கிறது. பாட்டியின் திரை விழுந்த கரத்தில் கதைக் கொம்புகளாய்ச் சுருண்டிருக்கிற குறியீட்டுப் பச்சையில், வாசலில் வந்து நிற்கும் ஜனப்புடை சூழ்ந்த கட்டாரியைப் பணிந்து வாங்கிக் கொண்டு வீட்டிற்குள் போய் நாலாபுறமும் உயர்த்திக் காண்பித்துவிட்டு தலை வணங்கித் திருப்பிக் கொடுக்கும் வரலாற்றின் பசிய இதழ்கள் கலையாய்ச் சுருள்கின்றன. வேரெடுத்து சாறெடுத்து உடம்பிலும் கைவடும்பிலும் எழுதியிருந்த படிவங்களில் மீசையை முறுக்கிக் கொண்டு கட்டாரியை வாங்கிப் போன தாத்தா, வெறுங்கையுடன் வெளியே வருகிறார். முஷ்டிகள் உயருகின்றன. ஆஜானுபாகுவாய் உயர்ந்த தாத்தாவின் மார்பில் வெற்றியின் ஊசிகள் பச்சைச்சாறாய் உள்ளோடியதில், உடலெங்கும் கதை மொழியின் வண்ணத்தைப் பூசிக்கொண்ட பாட்டி. அவனது உடலில் ஆயிரமாயிரம் ஊசித் தொகுதிகள் துளைக்கின்றன.

குலுங்கலுடன் நின்றது ரயில். கண்களில் மிதந்த படிமைகள் பச்சென மறைந்து, அவனது காதோரம் வழிந்த பிரக்ஞையில் ஜன்னல் கண்ணாடியின் வெப்பம் சூடேற்றியது. வெளியில் நின்றிருந்த ரயில் நிறுத்தத்தின் பெயர்ப் பலகையிலிருந்த ஆசு வாசம், அடுத்த நிறுத்தம் அவன் இறங்க வேண்டிய இடம் என்றது. ஓரிருவர் மெல்ல நடந்து கொண்டிருந்த கூட்டமற்ற அந்தச் சின்ன நிறுத்தத்தில், சிமெண்ட் பெஞ்சிலிருந்த ஒரு பெண்ணின்மீது சாய்ந்து கொண்டிருந்த இளைஞனும் தட்டையாய்த் தெரிந்தான். இந்தப் பெட்டியில் யாரும் ஏறுவதாகத் தெரியவில்லை. மெதுவாக ரயிலின் பெருமூச்சு அசையத் தொடங்க பெட்டியிலிருந்த காட்சி கலையாமலே இருந்தது. யாரைப் பற்றியும் யாரும் அக்கறை கொள்ளாத கண் ரெப்பைகளினடியில் பீழையோடியிருந்த மனித அவலம். பச்சை மரங்களற்ற நகரத்தை நோக்கிப் போகும் அவர்களால் எதிரில் நின்றிருந்த பச்சை வினோதத்தை அலட்சியப்படுத்துதல் சாத்தியமே. அல்லது விரிந்த பத்திரிகையின் பின்னால் மறைந்து கொள்கின்றனரா? தலைமுடியைக் கோதி விட்டுக்கொண்டு இருக்கையில் சாய்ந்து வெளியே பார்த்தான். நெளிந்து நெளிந் தோடிய பேரிரைச்சலில் வெயில் காந்திய தூரத்துப் புலம் கிழிந்த அவளது சிமிக்கிகளின் வினோத வெள்ளிச் சுருள்கள் எதிர்த்திசையில் ஓடிக் கொண்டிருந்தன. பின்னிருக்கையைப் பிடித்திருந்த அவளது இடக்கையில் அலகின் கூர்மை பளீரெனத் துலங்கி நிற்கும் வரைவில், ஆயத்தமாய் இறக்கைகளை நிமிர்த்திக் கொண்டிருந்த கண்களில் மின்னிய பச்சையத்தை இதற்கு முன்பு அவன் எங்கோ சந்தித்திருக்கிறான்,

கடவுளே...

எவ்விதப் பிரக்ஞையுமின்றி இரும்பு இயக்கத்தின் சீரான அசைவில் அடித்துச் செல்லப்படுபவர்களாய் பத்திரிகை படித்துக் கொண்டும், தூங்கிக்கொண்டுமிருந்த சக பயணிகளை நோட்ட மிட்டான். 'இவள் எங்காவது சென்று காலியான இருக்கையில் உட்கார்ந்தால் என்ன... என் கண்களை விட்டு மறைந்து போக மாட்டாளா..?' சக மனித நிழலைப் பொருட்படுத்தாத நகர இருமையில் கிறீச்சிடும் ரயில் பெட்டியை விட்டு ஜன்னல் கண்ணாடியின் தட்டைப் பரிமாணத்தில் விரையும் கட்டிடங் களின் மங்கிய வெப்பத்தைப் பின்னுக்குத் தள்ளி, ரயிலின் இரைச்சலில் பதுங்கியிருக்கும் பயண அலுவல்களை மறக்கடித்து, எதிரே மடங்கி விரிந்துள்ள செய்தித்தாளின் தலைப்புகள் / பக்கத்து இருக்கையாளனின் தூங்குமூஞ்சி மரம் / தனித்தனியாய் கிழிக்கப்பட்ட மனித இருக்கைகள் / கண்ணாடிச் சாளரச் சூட்டுடன் உடலின் ஒரு பகுதியில் வெம்மையாய்ப் புழுங்கும் எல்லாவற்றையும் மறந்து கொஞ்சம் கொஞ்சமாய் தன் கவனம் முழுதும் ஒருங்கு குவித்தான் அந்தப் பச்சைப் பெண்மீது.

அவனது இருக்கைக்கு நேர் எதிரே நின்றிருந்த அவளது குறுக்கு வெட்டு உடலின் பச்சையில் புரண்டிருந்த நெளிவுகள் அசைந்து கொடுக்க, மேல் கம்பியைப் பிடித்தபடி உயர்ந்திருந்த அவள் வலக்கையில் சரேலென இறங்கியிருந்தது கழுகின் சிறகடிப்பு. நாற்புறமும் விரிந்த பச்சை இறகுகளில் திசைகள் நிழற்றுகின்றன. பயணக் களைப்புடன் தூங்கிக்கொண்டிருந்த அவனது உடலின் ஒருபகுதி, கண்விழித்த இயக்கத்துடனிருந்த மறுபகுதியில் இணைந்தது. இரவு பகலற்ற இன்மையில் அவள் புறங்கையில் பதிந்திருந்த எண்கோண வடிவின் உள்முகம் நோக்கிய கூம்புக் கோடுகளில் சுழல்கின்றன வினோதமான குறிகள். அவளது கட்டை விரற் சரிவின் ஆயுத எழுத்தை நோக்கித் தோகைகளை இறக்கி நீட்டிக் கொண்டபடி தலையைக் குறுக்கியவாக்கில் வானேக நிமிரும் ரெக்கை விரிப்பு, ரயிலின் குலுங்களில் அற்புதமாய் அசைய அசைய, நீட்டியிருந்த கூரிய அலகுகளின் கீழே சரிந்திருந்த ரெப்பட்டைகளில் தூங்கிப் போயிருந்த தன் இடதுகாலையும், சுழற்சியின் மையத்தில் பயணத்துக்குத் தயாராயிருந்த வலதுகாலையும் ஊன்றித் தாண்டியபோது, தலைகீழாய் விரைகின்றன மரங்கள்.

சமணனின் கழுத்தைத் துளைத்த கழுமுனையில் பளீரிடும்

சூர்யக் கொழுந்து — ஒற்றைப் பனைமரம் — வாகனங்களாய் மாற்றப்பட்ட ஆதிக் கடவுள்கள் — மிருதங்கத்தின் ஓயாத அதிர்வில் உடைந்தெழுகிறது ஒடுக்கப்பட்ட காற்று — இடது பாதத்தில் மேல் நோக்கிப் பின்னிப்படர்ந்த பச்சைப் பாம்பு — சாதகப் பறவையருந்தும் இசைநாளங்களின் குருதி — கழுகு செத்துப்போன இடத்திலே கோயில் கட்டணும் — அடித் தொண்டையில் எழும்பும் வெண்கலக் குரலும் எதிர்ச்சுருதி கூட்டும் பறவையின் கூவலும் இணைந்து இணைந்து மொழியைக் கிழிக்கும் மொழி —

வளைவில் கிறீச்சிட்டுத் திரும்பியது ரயில். அவனது தலைக் குள் கொட்டிய ஆயிரமாயிரம் ஊசிகளின் கூர்மை தணிந்து போயிற்று. வெளியில் அவன் இறங்க வேண்டிய இடம் சடுதி யில் வந்து கொண்டிருந்தது. கண்களைக் கைக்குட்டையால் அலம்பிக்கொண்டு முடியை உதறிவிட்டவனாய் வேகம் குறைந்த அசைவில் இருக்கையை விட்டெழுந்து பிரயாணப் பையை எடுத்துக் கொண்டான்.

எதிரில் நின்றிருந்தாள் அந்தப் பெண். குலுங்கலுடன் நின்றது ரயில். உள்ளங்கால்களின் சிலீரிடலில் ஒரு வினோதமான வலியைத் திடீரென உணர்ந்தான். மருண்ட கண்களில் எதிர்ப் பட்டது பச்சைக்கழுகு. அவன் நடக்க நடக்க நிகழ்ந்தது அந்த அற்புதம். பச்சையமோடியிருந்த பறவையின் கண்கள் சட்டென ஒளிபெற்றன. நீண்ட அலகு அவள் கையைப் பிளந்துகொண்டு கூர்மைபெற, ரெக்கைகள் அசைந்து எம்பி முன்பாதிப் பகுதி உயிருடனும், மற்ற பாதி உடலோடு ஒட்டிய பச்சையாகவும் நெளிந்து, கணப்பொழுதில் அவன் கன்னத்தைக் கொத்தி யெடுத்தது. அவன் பதறிப்போய் கீழே குதிக்க, தீக்கத்தியைச் சொருகிய உச்சத்தில் மங்கலாகிக் கொண்டிருந்தது நீண்ட ரயில்.

2

உடலுக்கு மேலே சுருள்சுருளாய் சுருண்டிருக்கும் வலியின் வடிவம் அடுத்த தளத்திற்கு நகர்கிற இயக்கத்தில், அவனது புண்வாயின் நிணநீர் மண்டிய துர்க்கந்தம் சுழட்டியடிக்கிறது. எலெக்ட்ரானிக் யுகத்தின் அவசர இயக்கங்களில் நெளியும் நவீன மருத்துவத்தில் புண்வாய் பொடிந்ததே தவிர பொருக் காடவில்லை. தனது முகத்தில் விழுந்த சவால் மருத்துவத் துறையின் மீதான தாக்குதல் மட்டுமல்ல, மனித உடலின்மீது

என்றென்றைக்குமாய்ப் பதிந்த பிரம்மாண்டமான புதிர் என் பதைக் கொஞ்சம் கொஞ்சமாய் உணர்ந்த போது திகைத்துப் போனான் அவன். நகரத்தின் புழுக்கத்திலிருந்து விடுபட்ட கிராமிய மருத்துவர்களின் பச்சிலைச் சாறு கன்னத்தில் இறங் குகையில் அழுகல் வாசனை கரைகிறது. மந்திரமொழி எழுதிச் சுருட்டப்பட்ட தாமிரத் தகடுகள் முண்டாவில் அசைய, நாட்டுப்புற நம்பிக்கைகளின் வினோத வழக்குகளில் தனது உடலை ஒப்படைத்தான். அவன் கன்னத்தில் செதும்பிய நீர்க்கோடுகளைக் கீறிக்கீறி வேர்க்கணுவரை கெல்லியெடுக்க வேண்டுமென்ற சவாலுடன் எதிரில் உட்கார்ந்திருக்கும் பச்சை குத்தும் குறவனின் ஊசிக் கண்கள் அவனது உடலெங்கும் பதிகின்றன. தனது உடல்மீது பதிந்த பயங்கரமான அற்புதத்தை எப்படி வெளிப்படுத்துவதெனத் தோன்றாமல் பச்சை குத்தியின் வயோதிக மடிப்புகளில் மறைந்தெழும் நூற்றாண்டுகளின் பச்சை நெளிகளில் புரண்டு விழுந்தவனை, உடல்மீது எழுதும் ஆதி வார்த்தைகளாக மாற்றிக் காட்டினான் பச்சைக்கிழவன். ஆண் உடலில் விலங்காய் மாறி வலிமையாய் இறுகுகிற பச்சை, பறவைகளின் சிறகொன்றில் நளினமாய்ப் பெண் உடலுக்கு மாறும் நெளிக்குறிகளை மணலில் எழுதியெழுதி, அவனது கன் னத்தில் பிளந்த நகப்பிறைக்கீற்றின் பேராழத்திற்கு அழைத்துப் போனான்.

மருத்துவத்தின் அபூர்வ சிகிச்சையாய் மாறும் கலாரூபம், சடங்குகளாய்த் துளைபடும் மனித உடல்களின் சுருக்கமோடிய மரபுகளினூடே பின்னோக்கிச் சுழல்கிறது பச்சைப் பிரிகளாய். ஐதீகப் போற்றுதல்கள் நிறைந்த பண்பாட்டு குலமரபுச் சின்னங் களின் சுழிப்பு, பச்சையில் பட்டு வெம்புகிறது. பச்சைகுத்தியின் தொன்மையான கரங்களில் பதிந்திருந்த குறியிட்டுப் பச்சையின் வழி திறந்து கொள்கின்றன கதையடுக்குகள். அரிச்சந்திரனுக்கு மட்டுமே புலனாகும் சந்திரமதியின் தாலிச்சரடாய்தோகைகளைச் சுருட்டிக் கொண்டிருக்கும் கிளி, நல்லதங்காள் கிணற்றின் அந்தகாரச் சுழலில் அலைவுறும் மீன் குஞ்சுகளாய் முகிழ்த்து, நள மகாராஜனின் சூதாட்டக் கட்டைகள் புறாக்களாய் மாறி இடுப்பு வேட்டியை உருவிச் செல்லும் விதியாய் உருச்சுழலும் பறவைகளிலும், விலங்குகளிலுமான பச்சைக் குறிகளின் ஜால வினோதத்தில் சுழலச் சுழல எதிர்த்திசையில் சுழல்கிறது இரைச்சல்.

முதுமையின் உக்கிரத்துடன் கனிந்து தொங்கிய பச்சை வார்த்

தைகள் அவனது இடதுபாதத்தில் விழுந்து பின்னிப்படர்ந்து மேல் நோக்கியெம்புகிறது சீற்றமாய். தீட்டுப்படாமல் புனிதமாயிருக்கும் உடலில் பதிந்து பாதுகாக்கின்ற பச்சைப்பாம்பு, அந்த உடல் தார்மீகம் தவறும்போது உயிர்பெற்றுக் கொத்திவிடுகின்ற அற்புத ஜாலத்தின் பச்சையம், கிழவனின் இடுங்கிய கண்களிலிருந்து கொத்தாய் அவன் கண்களில் வந்து விழுந்தது. ஜிவுஜிவெனப் பரவும் அனற் பிரவாகத்தில் இமைகள் கருகும் நமைச்சல் திரேக மெங்கும் விழுந்து துழாவியதில் அவனது விலா எலும்பிலிருந்து வார்த்தைத்திரள் பொங்குகிறது. கன்னத்தில் பிளந்திருந்த வலியின் யதார்த்தத்தை மறைக்கிறது பிளவில் மறைந்திருந்த புதிர்க்கணத்தின் யதார்த்தமற்ற யதார்த்தம். பற்களில் உடைந்த வார்த்தைகளின் பழுப்பு ருசியில் ரயில்பெட்டியின் வெக்கை கமற, தட்டையாய் அசைபடும் பிம்பங்கள் உடலின் எல்லை யற்ற அடுக்குகளில் வினோத நிகழ்வாய் உருமாறுகின்ற அசை வோட்டத்தை உன்னிப்பாய்க் கவனித்துக் கொண்டிருந்த பச்சைகுத்தியின் கிழத்துவமெய்திய கபாலமெங்கும் ஊசிக் கண்கள் ஒளிர்ந்து ஒளிர்ந்து ரத்த நாளங்களில் இறுகி, திடுமென தனது அடித்தொண்டையை உசுப்பிக் கொண்டு ஆரவாரித் தெழுப்பினான் குலவை ஒலியை.

பச்சைக் கிழவனின் அந்த வினோதமான செய்கையில், சுற்றுச் சுவர்களில் சுழன்று அவன்மீது பாய்ந்து திருகி ஒலிச் சுருளாய் நடுங்குகிறது வெளி. பீதியுடன் சிதைந்து தொண்டையில் அடைந்து கொண்ட அவனது வார்த்தைகள், சரேலென எழுந்து கைகளை உயர்த்தித் தெண்டனிட்டு விழுந்த கிழவனின் திரைந்த கண்களில் சமைகின்றன. எழும்பும் புழுதியில் அலை வுறுகின்ற பறவையின் நடுக்கம் கண்காணாத் தொலைவின் கால நீட்சியை வலித்துத் தள்ளுகிறது. அவனுக்குத் தனது கன்னத்தின் ஓயாத வலி பேரின்பமாய் மாறிவிட்டதாய்த் தோன்றிய கணத்தில், பச்சைகுத்தியின் பார்வைக் குவடுகளில் பாய்ந்து திருகும் வேதனை, பக்கவாட்டில் திரும்பிச் சுழன்று நெருங்கிய குவிமையத்தில் அசைபடும் ஒற்றைச்சிறகின் தொடக்கப் புள்ளி யில் இறுகுகிறது. மூப்படைந்து தொய்ந்த நாசி கூரிய அலகாய் விடைக்க நீர்ப்பாசியின் நிறத்தைக் கொண்ட வார்த்தைகளைக் கொப்புளித்தான் கிழவன்.

மிகவும் அபூர்வமானது கழுகுப்பச்சை. பௌர்ணமியிரவில் மட்டுமே வரையும் அதன் உடலில் ஜில்லிட்டோடும் குருதியின் விம்மலில் மறைந்து நிற்கிறது ஒரு கொடூரம். கலைப்படைப்பின்

பூரணத்துவமடையும் இறுதியெழுத்தாக அதன் கண்களைத் திறக்க வைக்கும்போது உடலின் பச்சை நரம்புகளில் மின்னிப்பரவுகிற தேஜஸில் உள்ளோடி அதிர்கிறது அந்த அமானுஷ்யம். அதிலுள்ள அதீத மர்மத்தின் எதிர் முடிச்சுகளில் மாட்டிக்கொள்ளும் பச்சைகுத்தியின் தேகமாத்யந்தமும் நெரியேறி பறவையின் கண்களில் பச்சையத்தை உமிழ்ந்துகொண்டிருப்பான். பச்சைக் கண்களில் ஆவேச வீச்சு விம்முகிறது. நிலவின் பூரணத்துவக் கிரணங்கள் சரியும் அந்தக் கணத்தில் சரேலென உயிர்பெற்று பச்சை குத்தியை — எதிரிலுள்ளவர்களை — கொத்திக் கொன்று விடுகிற ரகசிய அற்புதத்தைச் சொல்லச் சொல்ல கிழவனின் குரல் நாளங்கள் அறுபட்டன.

வார்த்தைகளின் கடைசலில் பொங்கும் நுரைக்குமிழ்கள் வெடித்துச் சிதறுகின்ற வெறுமை, வெளிகளில் சூழ்ந்து கொண்டி ருந்தது. முதிர்ந்த குரலின் ஓயாத அரற்றல் திருகிச் சுழலும் புதிரடுக்குகளில் பாய்ந்து, கழுத்தில் வெண்பட்டை விழுந்த கழுகு பெருமாளின் வாகனமான கருடன் என்கிறது. பெருமாள் கழுகைக் கும்பிடுவதும், இறந்து விழுமிடத்தில் கோயில் கட்டுவதும், நாட்டுப் புற வழிபாடாக நிலவி வருவதை உணர்த்துகிறது.

‘ஏழு ஊசிகளை ஒன்றின்மீது ஒன்றாக நிற்கவைத்து, முள் முனையில் நின்றுகொண்டு தபஸ் செய்யும் அர்ச்சுனனை மெச்சி சிவபெருமான் வரம் அருளிய புராணத்தை,நாட்டுப்புறத்தில் கூத்தாக ஆடும்போது பிரதான பங்கு வகிக்கிறது கழுகு..’ என்ற கிழவனின் வார்த்தைகளில், ஏழு ஊசிகளுக்குப் பதிலாக ஒற்றைப் பனைமரம் கூத்து மைதானத்தில் நடப்பட்டிருக்கிறது. அர்ச்சுன வேஷம் கட்டுபவன் ஒரு மண்டலகாலம் தெய்வ அனுஷ்டானங்கள் செபத பங்கள் காத்து விரதமிருக்கும் தெய்வீக தேஜஸில், கலையும் வாழ்வும் ஒன்றிணைகிறது. பனைமரத்திலேறிக் கொண்டு ஆடிப்பாடும் ராகத்தைக் கேட்டு விடியற்காலைப் பொழுதுக்குள் இறை அமிசை கொண்ட பெருமாள் கழுகு வானத்தில் தோன்றி அருள்பாலிக்கும் குறியீட்டில் தபஸை முடித்து மரத்திலிருந்து இறங்குகின்ற கூத்தாடி, நண்பகல்வரை கழுகு வராவிட்டால் தனது விரதமகிமை களங்கப்பட்டுப் போனதென மரத்திலிருந்து கீழே குதித்து இறந்துபோகும் கூத்துக் கதையை, குறியீட்டுப் பச்சையாய் குத்திக் கொள்ளும் தொம்பர் களின் கைகளில் அசையும் பறவையை, பச்சைக் குரலெடுத்துப் பாடினான் கிழவன்.

திரிநிலைகளில் கீறிய கிழவனின் முக்கோணக் கீற்றுகளுக்கும் தன் வலிக்கூம்புகளில் அடைந்திருந்த நிலாப்பிறைக் கீற்றுக்கு முள்ள மையப்புள்ளியை உணர்ந்து கொண்டுவிட்டான் அவன். அதன் ஸ்படிகத்தை உடைத்து உடைத்து மறைந்துள்ள சூட்சு மத்தைத் தேடிப்போனால், பச்சை வயல் வரப்புகளின் குளுமை பறவைகளின் நிணவீச்சமாய்க் காலில் சுற்றுகிறது.

சிதறி இறைந்து கிடக்கும் பறவைகளின் விறைத்த உடல்களூடே பதஞ்செய்துகொண்டிருக்கும் வெளுத்த தாடிக்காரனின் பழுப்புக் கண்கள் பக்கவாட்டுச் சுழற்சியில் அவன் திரேகமெங்கும் அலைந்து கன்னத்துப் பிளவில் நிலைத்தன. சிறகுத் தூவிகள் சுழலும் நுட்பத்தில் அவனோடு வார்த்தையாடுகிறான் கூரிய அலகை விடைத்துக் கொண்டு. கலா நுண்மை விலங்கினங்களின் உடற்கூறுகளில் மோதிச் சிதறுகிறது. தேர்ந்த கைகளின் கலை ஆளுமையில் காலம் உறைகிறது உடல்மீது.

எல்லாப் பறவைகளையும் போலவேதான் கழுகையும் பாடஞ் செய்வதென்றும், எல்லா விலங்கினங்களுக்கும் இறுதியாய் கண் திறக்கும்போது தனது உடலைக் கிழித்து ரத்தம் கொடுப்பது போலவேதான் கழுகுக்கும் ரத்தம் கொடுக்க வேண்டும் என்ற ஆழ்ந்த குரலில், தன்னையே காவு கொடுக்கும் கலைஞனின் எல்லையற்ற அற்புதம் பளீரிடுகிறது. நீண்ட தொலைவிலிருந்து வரும் சொற்கள் போல பலஹீனமான ஒலியில் நரைத்து வந்தன வார்த்தைகள். நான் கடவுள்களைத்தான் பாடஞ்செய்து கொண்டிருக்கிறேனென்னும் பரிமாணத்திலெழும் தரிசன வீச்சு வெளிகளை நடுக்குகிறது.

மூதாதைகள் வழிபட்டுவந்த விலங்கு மற்றும் பறவைத் தெய்வங்களை தெய்வ அமிசை கொண்டவைகளாக வஞ்சப் புகழ்ச்சியுரைத்து, தங்கள் தெய்வங்களுக்கு வாகனங்களாக்கிக் கொண்டனர் வடமேற்கிலிருந்து வந்தவர்களென்று சிக்குப் பொதிந்த தாடியை நிரடிக்கொண்டே விளக்குகையில், சர்ப் பத்தின் மீது சயனித்திருக்கின்ற விஷ்ணு கருடன் மீதேறிப் பறக்கிறார். இனக்குழுக்களுக்கு வலிமையூட்டும் காளை சிவ நந்தியாக மாறி கர்ப்பக் கிரகத்திற்கு வெளியே நிற்க, வன்மமும் வீரமும் இணைந்த பன்றி வராக வாகனமாகிறது. மீனைக் காதலித்து அதற்காகவே காத்திருந்து மீன் கன்னியாய் மாறிப் போன பூர்வகுடிப் பெண்ணின் அற்புதச் செதில்கள், மச்சக் கண்ணனில் மிளிர்கின்றன.

பச்சைக்கதையின் வேர்களைத் தேடிப் போனவன் சரித்திரத்தின் அடவியில் விழுந்தான். கறுத்த மக்களின்மீது தெய்வத்தின் பெயரால் ஆதிக்கத்தை நிலைநாட்டிய வேதங்களின் வருகையில் துருவேறுகிறது சூரியன். தங்களது போற்றுதலுக்குரிய ஒரு மனிதனை அவன் இறப்புக்குப் பின்னர் தெய்வமாக்கும் திராவிட வழிபாட்டின் பெருமை கொண்ட தெய்வங்களை, தங்களது கற்பனைக் கடவுள்களில் கபளீகரமாக்கிய சாஸ்திரங்கள் நகைத்தன. ஈயத்தையும் அரக்கையும் உருக்கிக் காதில் ஊற்றுகின்றன. அசுரசேனர்கள் என்ற குலத்துக்கே இயல்பான உடற்பூர்வ வீர விளையாட்டுகளில் மருண்டு போனவர்கள், அவர்களுக்கு கொடிய பதங்களை உருவாக்கிவிட்ட சகஸ்ரகாலம் புரள்கிறது. கழுமரத்தில் உறைகிறது சமணம். இயற்கையாகத் தொழில் பற்றியிருந்த குலப்பாகுபாடு, வருணப்பாகுபாட்டின் மூலம் மாற்றியமைக்கப்பட்ட ஊழிச்சூறாவளி தலைகீழாய்ச் சுழல புராதன வார்த்தைகளுக்கிடையில் பிளந்த தொல் வழிப் பாதையில் போய்க் கொண்டிருந்தான் அவன். பாடஞ்செய்யப் பட்ட விலங்கினங்களின் பாய்ச்சலற்ற பாய்ச்சலில் உடைகிறது, காலவெளியில் தோண்டியெடுக்கப்படும் காலப் பெட்டகத்தின் சூன்யம்.

கழுகின் நக இடுக்குகளில் மறைந்துள்ள புதிரின் பிரசன்னத்தை சரித்திரக்கிடங்கின் அபூர்வ மணத்தில் தேடியுழன்று கிடந்தவனை, இருகைகளையும் நீட்டி அழைத்தாள் குறிசொல்லும் பெருக்காத்திக் கிழவி.

அவளது பண்டைய கைகளின் வெள்ளிவளைச் சுருள்களில் குறிசொல்லும் கற்கள் மோதிக் குலுங்குகின்றன. “இந்த ஒன்பது கற்களில் உனக்குப் பிடித்தமான கல் ஒன்றை மனதில் கொள்..” என்கிறாள். அவனது பச்சைக் கதையின் மாயச்சிமிட்டல்களை நுண்மையுடன் கேட்டுக் கொண்டிருந்தவளின் குழிந்த கண்கள் தீஷண்யம் பெறவும், குறிக்கற்களைச் சுழற்றி வீசும் லாவகத்தில் உந்தியெழவுமான வானளாவிய தூண்டலில் அசைகிறது தீர்க்க தரிசனம். மக்கிய உள்ளங்கையில் பட்டு சுழற்றிக்காட்டும் ஒன்பது கற்களும் அவனது கண்களின் செங்குத்தில் உயர்ந்து தாழ்ந்து அழுந்துகின்றன. கற்களின் சுழல் அடுக்குகளில் சுருண்டிருக்கும் இனக்குழுக்களின் வாக்குப்பலிதம்,இயற்கையைத்தெய்வங்களாய் வழிபட்டு வந்த ஆதி மரபின் ஜீவ அணுக்களாய்த் தாவுவதைக் கிழவி பெருங்குரலெடுத்து உச்சாடனம் செய்கையில் அகால வெளியில் சுழல்கின்றன: நீர், நிலம், ஆகாயம், காற்று, நெருப்பு,

சூரியன், சந்திரன், மின்னல், இடி.

நவகோண வடிவமாய்க் குறிக் கற்களைக் கட்டி, அவன் குறித்துக் கொண்டிருந்த கல் எதுவென வினவுகிறாள் கிழவி. அவன் எதிரே விரிந்திருந்தன நவ பூதங்கள். புதிர்க்கட்டங்களின் உள்முகம் நோக்கிய கூம்புக் கோடுகளில் அளைந்து துழாவியதில் மின்னலாய்ப் பிரியும் புள்ளியின் ஈர்ப்பு, நீண்ட அவனது சுட்டுவிரலைப் பளீரெனச் சொடுக்கியது. ஓரிருகணங்கள் அவன் சுட்டிய கல்லை உறுத்து நோக்கியவளின் நெற்றிப் பொட்டில் புடைத்தெழ, கண்களை மறைத்துவிழும் வெளுத்த சிகையைப் பின்னுக்குத் தள்ளிக் கொண்டே கற்களைப் பொறுக்கியெடுத்து, மறுபடியும் குலுங்கும் பொக்கை வாய்க்களிப்பில் புதிர் உடைகிறதா..?

அந்த இடத்தின் ரகசிய மௌனம் உடைந்து உடைந்து திசைகளில் நொறுங்குகிறது இலைச்சருகுகளின் படபடப்பு. கனத்த வெள்ளிக் காப்புகள் சப்திக்க மறுபடியும் குலுங்கும் குறிக்கற்கள் இப்பொழுது எட்டாகக் குறைந்திருக்கின்றன. உச் சாடனமாய் அவளது முணுமுணுப்பில் உள்ளங்கைக் குழி விலிருந்து மேல் நோக்கியெம்பும் கண்காணாச் சுழற்சியில் தாவரங்கள் அழுங்குகின்றன. குலுக்கிச் சுழட்டிய கற்கள் அஷ்டகோண வடிவில் நிலத்தில் பரவி, அவனை நிமிர்ந்து நோக்கினாள் கிழவி. வேர்கள் துளைத்து மரங்களாய் விரிந்து மலர்களாய்க் கமழ்கின்றன அவனைச் சுற்றி. மனிதனுக்கும் தாவரங்களுக்குமான தாத்பர்யத்தில் உருக்கொண்ட அந்தக் குறித்தடத்தின் எண் வழிச் சுழலில் அவன் குறித்துக் காட்டிய கல்லை எடுத்து நிமிண்டிய அவளது சுருங்கிய நெற்றி அகண்டு பரவுகிறது. “கடவுள் கொடுத்த கனியைச் சுவைத்துப் பார்த்திருக் கிறாயா..?” கனத்த சொரசொரப்பேறிய அவளது குரலில் தொன் மத்தின் பட்டைகள் உரிந்து விழுகின்றன.

64 பிள்ளைகளுடன் வறுமையின் கோரத்தில் வாழ்ந்து கொண்டிருந்த ஒருவன், செத்துப்போய்விட ஆற்றில் விழுந்தபோது காப்பாற்றிய கடவுள் ஒரு மந்திரச் சொல்லைத் தந்தார். ‘இதை இரவுக் காலத்தில் மனிதர்கள்மீது பிரயோகித்தால் உடனே மரங்களாகி பசியாறக் கூடிய கனிவர்க்கங்களைத் தருவார்கள். மறுபடியும் விடியுமுன்பே மந்திரத்தைச் சொல்லி அவர்களை மனிதராக மாற்றிவிடலாம். அந்தக் கனிகளை மக்களுக்கு விற்று சௌக்யமாக வாழுங்கள். மந்திரம் இரவில்தான் பலிக்குமாகை

யால் விடிவதற்கு முன் அவர்களை மறுபடியும் மனிதராக்கிவிட வேண்டும்; தாமதித்தால், காலம் முழுவதும் மரமாகவே இருக்க வேண்டியதுதான். அதுமட்டுமல்ல, மரமான பின் கிளைகளை ஒடித்து பின்னப்படுத்திவிட்டால் மந்திரம் பலிக்காது..'

எல்லையற்ற உற்சாகத்துடன் வீடு வந்து மைந்தர்களிடம் விஷயத்தைந் சொல்லி அன்று இரவு ஒரு வெட்டவெளிக்கு அழைத்துப் போய் மந்திரம் சொன்னான் அவன். கானகமாய் நீண்டு பல்கிப் பெருகும் பிரமாண்டத்தில் வெளியை வளைக்கின்றன மனிதத் தாவரங்கள். மனிதமாமிசம் ஒரே இரவில் பூவாகி பிஞ்சாகி காயாகி குருதி பாய்ந்து ஜொலிக்கும் கனியாக வீழும் அற்புதம். விடியற்காலையில் கனிகள் ஒவ்வொன்றாய் விழும் ஓசையை எண்ணிக்கொண்டேயிருக்கும் தந்தை, எண்ணிக்கை சரியானதும் மந்திரச் சொல்லை உச்சரிப்பான். தூங்கி முடித்த புத்துணர்ச்சியிலெழும் தனயர்கள் ஆரவாரித்து வந்து தந்தையைக் கட்டிக்கொள்வார்கள். இதுவரை ருசித்திராத அந்த மஹோன்னதக் கனியைப் பொன்னும் பொருளும் கொட்டிக் கொடுத்து வாங்கிக்கொண்டனர் ஜனங்கள்.

கும்மாளியிட்ட சந்தோஷத்துடனிருந்த ஒரு இரவு நாளில், அந்தக் கானகத்தில் மூத்த மகனின் தொடைவேரில் தலை சாய்த்துப் படுத்திருந்தான் அவன். இன்னும் சில நாழிகைகளில் பழங்கள் விழ ஆரம்பிக்குமென்று கண்களைக் கசக்கி விட்டுக் கொண்டே எழுந்து ஆகாயத்தில் விலகும் இருட்டைப் பார்த்தான். அவன் அறியமாட்டான், தனது கடைசி மகனின் கனியை வானரம் ஒன்று பறித்துச் சென்றுவிட்டதை. அந்தப் பிஞ்சுத் தாவரத்திலிருந்து வழியும் கண்ணீர் பிசினாய் இறுகுகிறது. இதோ, ஒவ்வொரு கனியாய் விழ ஆரம்பிக்கின்றன. 63 கனிகள் விழுந்து வெகுநேரமாகியும் இன்னும் ஒரு கனி விழவில்லையே என்று தவித்தவாறே காதுகளைக் கூர்தீட்டிக் கொண்டு காத்திருந்தான் தந்தை. ஏதேதோ எண்ணி மருகிக் கண்ணீர் வடித்த இளந்தாவரம், ஆகாயத்தில் வெளிச்சக் கசிவுகள் கசிந்த ஒரு கணத்தில், சடக்கென தனது கிளையை முறித்துப்போட்டது. கீழே விழுந்த சத்தத்தில் எண்ணிக்கை சரியாகிவிட்டதென மந்திரத்தை உச்சரிக்க, தூங்கியெழுந்த பிள்ளைகள் அப்பாவை வந்து கட்டிக் கொண்டனர்.

"எங்கே குட்டித்தம்பி..?"

பளிச்சென விடிந்திருந்த வெளிச்சத்தின் வெட்டவெளியில்

தீர்க்கமாய் நின்றிருந்தது ஒற்றை விருட்சம். பதறிப் போனவர் களாய் அருகில் ஓடினர். முறிந்த விலாவிலிருந்து வழியும் குருதியின் ஒவ்வொரு சொட்டிலும் ஒரு பசுந்தளிர் தோன்றித் துளிர்த்துக் கொண்டிருந்தது...

பெருக்காத்தியின் வெள்ளிக்காப்புகள் குலுங்கும் கரங்கள் அவனைக் கொளுவி இழுக்கின்றன குறிக்கற்களின் இறுதிச் சுற்றுக்கு. முடிந்த முடிவாய்ச் சுழலும் கற்கள் இப்போது ஏழாக மாறியிருக்க எல்லாமே மாறுபடுகின்றன. இரவு பகலற்ற இன்மையில் இறந்த காலமும் நிகழ்காலமும் எதிர்காலமும், கிழக்கு மேற்கு வடக்கு தெற்கென ஊடறுக்கும் சூட்சுமத்தில் அசைகின்றது அவன் குறிக்கல். பறவைகளின் சிறகசைப்பும் விலங்குகளின் இரைச் சலும் கவ்வும் குறிக்கற்களின் தடம், இடஞ்சுழியும் வலஞ்சுழியும் இணையும் வினோத சூத்திரத்தின் வளைகோணத்தில் முடிவற்று விரிகிறது. தீர்க்கதரிசனம் தெளியும் இறுதிக்குறி. திரேகமெங்கும் பற்றிக்கொண்ட பெரு நெருப்பின் காந்தலுடன் அடையாளம் காண்பித்தான் அந்த வினோதத்தை.

சங்கேதக் கோடுகளில் நெளியும் அந்தக் குறிக்கல்லின் புதிரைக் கணக்குப் போட்டுப் பார்க்கும் கிழவியின் நெற்றிச் சுருக்கங் களில் சீறுகிறது பாம்பின் சீற்றம். கல்லைப் பற்றியெடுத்து உள்ளங்கையில் இறுக்கிக் கேட்டாள், "உங்களுடைய குலதெய்வம் என்ன..?"

பதில் சொல்லத் தெரியாமல் திகைத்து நின்றவனின் கண்கள் பாடம் செய்யப்பட்டவையாய்ச் சமைந்தன. சரித்திரத்தின் அபூர்வமணம் நாசியில் சுழன்றடிக்க, அந்தக் கல்லையே உறுத்துப் பார்த்துக் கொண்டிருந்தவனின் பாய்ச்சலற்ற பாய்ச்சலில் புதிர் அசைய, குறிசொல்லியின் முதிர்ந்த கரங்கள் ஆவேசம் கொள் கின்றன. புதிர் முடிச்சுகள் பொக்கென அவிழ்ந்து அவளது உள்ளங்கையில் வழிகின்ற விகாசத்தில் கலகலவென நகைத்தவள், அவனது கண்களுக்கு மேலே சுண்டிவிட்டாள் அந்தக் கல்லை. எல்லையற்ற வெளியில் சுழல்கிறது கல். சுருக்கமோடிய கைகளின் அற்புத வீச்சில் அசைந்தெழுகிற பச்சைவாசனையைச் சடுதி யில் உணர்ந்தவன், சடக்கென அவளது திரைத்த கரத்தைப் பற்றினான், "கடவுளே, என் கபாலம் வெடித்துச் சிதறுமுன் இந்தக் குறிக்கல்லைப் பற்றிச் சொல்வாயா பாட்டி..?"

3

அது ஒரு காலத்தின் அழைப்பாகக் கருக்கொண்டெழுந்தது. அதன் லாவகமான வீச்சு சப்த சுரங்களைத் திக்குகளெங்கும் உருட்டிவிட இசைலயத்தோடு பிளிறியெழுந்தது மிருதங்கம். தோற்கருவிகளின் அதிர்வுகளில் காற்று நடுங்க உடம்பெங்கும் துளையிட்டு வழிந்த நாகசுரத்தின் நாதம் சுழல்கிறது. மகர யாழின் நரம்புகளில் வருடும் கானத்தில் கெச்சங்களின் சிறகு விரிகிறது.

பின்னணியில் சூதர்கள் பெருங்குரலெடுத்துப் பாடிய விளக்கப் பொழிவுகளில் திரைச்சீலை ஒதுங்கி மறைய கூத்தர்கள் ஆடினர். அரங்கத்தின் முன் பிரமாண்டமாய் அசையும் கல்த்தீபத்தின் ஒளிநாவுகளில் ஆடையாபரணங்களின் காக்காய்ப் பொன் துகள்கள் மின்னலாய் வெட்டிவெட்டி ஒளிர்கின்றன. கால்களில் கொஞ்சிய கெச்சங்கள் அவர்கள் தரித்திருந்த தலைப் பாகைக்கேற்பப் பேசிச் சிரித்தன. ஒரே நேர் கோட்டில் இணையும் வாத்தியங்களின் தாளலயம் பின்னோக்கிச் சுழன்று வட்டங்களாய்த் திருகும் சரித்திரத்தின் திரிவுச்சுழல்.

கிழிந்த திரைமறைப்பின் வழி பெருமாயியைத் தேடினான் தவசி. 'வராமல் இருக்கமாட்டாளே..' கூத்தின் கலாபோதத்தில் நெக்குருகி நிற்கும் மனிதக் கூட்டத்தினூடே அவளது சூர்யப் பிரபையைக் காணவில்லை. 'ஏதேனும் விபரீதம் நிகழ்ந்திருக்குமோ..?' வேர்வைக்கோடுகளில் முகப்பூச்சுக் கசிய அதிர்ந்து கொண்டிருந்தது பெருங்கலம்.

ஆடிமுடித்து உள்ளே நுழைந்த வீமசேனன், "தவசி, போ உன்னோட வேஷந்தான்.." என்று தோளில் தட்டிவிட்டு தலைப் பாகையைக் கழற்றினான். முன் நெற்றியில் சுருண்டிருந்த கேசத்துடன் திரையை ஒதுக்கிக்கொண்டு எழுந்து நடக்க நடக்க, தம்புராவின் இசைச்சுருதி, கெச்சங்களின் ஜதி, கெலிப்பின் திண்தோள் அசைவு: ஆண்மையின் பூரணதரிசனம்; அர்ச்சுனன்.

அர்ச்சுனன் தபஸ் கூத்தில் தபஸியாக வேஷங்கட்டி ஆடுவதற்கு தவசியைத் தவிர அந்த நிலப்பகுதியிலேயே ஆளில்லையென்று பெருமையடித்துக் கொள்வார்கள் ஊர்மக்கள். அவனது பெற்றோரிட்ட பெயர் மறைந்து, 'தவசி' என்ற பெயரே நிலைத்து நிற்கிற அழகில் சொக்கி நிற்கும் கூத்துக்கலை. மிருதங்கக்காரனின் கைவன்மைக்கேற்ப, பெண்கள் பித்தமுறும்

மோகனரூபமாய், வாயு தேவனையும் வருண தேவனையும் விலா இடுக்கில் வைத்து நெருக்கும் சத்ய ஆவேசமாய், முடிந்த முடிவாய் எய்யும் பாசுபதாஸ்திரம் பேசவைக்கிற அடவுகளில், தனது உடலையே காண்டீபமாய் வளைத்து திரிபன்றியாய்ச் சுழலும் மக்களின் உள்ளங்களை வீழ்த்தியிருப்பான்.

சூதர்களின் அடித்தொண்டையில் எழும்பும் வெண்கலக்குரல் உயர்ந்து உயர்ந்து இருள்குழைந்த புறங்காடுகளில் பாய்ந்தோடியது. ஊரைவிட்டுத் தள்ளியிருந்த சரிவுப்பரப்புகளிலும் குன்றுகளிலும் சகடமாய்க் கப்பியிருந்த கறுத்த மலைச் சோங்கின் சூன்யத்தைக் கலைத்து மினுக்கிட்டான் பூச்சியாய் எரியும் வெளிச்சத்தை நடுக்கியது. இருளின் ஒற்றைக் கண்ணைத் துளைக்கும் விருட்சங்களின் பிரமாண்ட வெளியில் ஆகாயத்தை ஓங்கியிருந்த வலு வான கிளைகளில் பரண்கட்டி உட்கார்ந்திருந்தார் சுரட்டைப் பண்ணாடி. சுழன்றடிக்கும் கூதல் காற்றினூடே அவரது கையில் எரிந்து கொண்டிருந்த சுளுந்து வெளிச்சம் முகத்தில் சீறுகிறது.

சுரட்டைப் பண்ணாடியின் கண் ரெப்பைகளினடியில் உறைந்திருந்த திரிபன்றி சுழல்கையில் அந்த நிலப்பகுதியின் பதினாறு ஊர்களுக்குமான குலத்தலைவராகப் போற்றப்படும் அவரது வல்லமையடர்ந்த கைகள் இறுகின. முப்பாட்டனுக்கு முந்திய தலைக்கட்டான சல்லியனிலிருந்து தொடரும் இந்தப் பட்டத்தின் மேன்மை கண் சிமிட்டிச் சிரித்தது. காட்டு விலங்குகள் அடர்ந்த கானகத்தை அழித்து வசிப்பிடமாக மாற்றியதில் பெரும் பங்குவகித்த சல்லியனின் சேகுபாய்ந்திருந்த மார்புக்கும், குறிதவறா தனுசுக்கும் வண்ணச்சாந்து பூசிக் கொண்டாடினர் ஊர்மக்கள். வீட்டின் நிலைவாசலில் சொருகி வைத்திருந்த விலங்குத் தலைகளைப் பார்த்துக் கொண்டே, தன்னிடம் தனது அய்யா சொன்னதை மீசை நுனியில் ரத்தம் சூடேறித் துடிக்க பெருமாயியிடம் சொல்லிக் கொண்டிருந்தார் பண்ணாடி. அந்தக் குலக்கொடியின் கீழ்வந்த வமிசாவளியில் இப்படியொரு களங்கம் படர்வதைப் பொறுக்கமுடியாது. திரிபன்றிபடிப்பதில் பிரசித்திபெற்ற கைகளில் தனது மகளின் கன்னத்தை நிமிண்டினார். “வேண்டாம் மகளே, அவனை மறந்துவிடு...’ காதலின் வீரியத்தை உணர்ந்திருந்த மிருதங்கத்தின் அடியில் எல்லாமே நொறுங்குபடுகின்றன.

சூத்திரனும் சத்திரியனும் இணைந்த அபூர்வக்கலவையில் மிளிர்ந்த அர்ச்சுனனின் ஆளுமை, வர்ணங்களற்ற, வலிய உடல்

ஒன்றையே பிரதானமாய்க் கொண்ட ஆதி அழகின் அடக்கி வைக்கப்பட்ட உணர்வுகளாய் மிருதங்கத்தில் உடைத்தெழுகிறது. இதுவே அவனாடும் கடைசிக்கூத்து என்பதால் கால்களின் தசைகள் தோறும் விம்முகிறது கலைவன்மை, நரம்புகளைப் பிசைகிறது வீணையின் சுரவரிசை.

இந்தக்கூத்து ஆட விரதம் ஆரம்பித்த கால்மண்டல காலத்தில் தூது அனுப்பியிருந்தாள் பெருமாயி, 'தங்கள் காரியம் அய்யா வுக்குத் தெரிந்துவிட்டதாகவும், உடனே வந்து ஏதாவது செய்ய வேண்டுமெனவும்.' இந்தக் கூத்து முடிந்த மறுநாள் அவளைக் கூட்டிக் கொண்டு கண் காணாத நிலத்திற்குப் போய்விடுவதாக உறுதி சொல்லியனுப்பிய தவசி, மனதைத் திடப்படுத்திக்கொண்டு, உணர்வுகளை அலையவிடாமல் தெய்வீக நியமங்கள் காத்தான். ஒருவழியாய் இதோ பனைமரம் ஏறப்போகிறான். 'ஏன் வரவில்லை..?' கண்ணிமைக் கணத்தில் காட்சிகளின் பல்வேறு கோரரூபங்கள் மண்டையில் சுழட்டியடிக்கின்றன. 'தெய்வமே, அப்படி எதுவும் நிகழ்ந்திருக்கக்கூடாது...' செம்பஞ்சுக்குழம்பு பூசிய கால்களில் முழங்கிக்கொண்டிருந்தது செண்டை.

இணை பிரிந்து கூவும் சக்கரவாகப் பறவையின் கூவல் காற்றில் மிதந்து வந்து மரக்கிளையில் மோதியது. நடுச்சாமம் முடிந்து ஐந்து நாழிகை ஆகியிருக்குமென கணக்குப் போட்டுக்கொண்டே படுத்திருந்தார் பண்ணாடி. தொடர்ந்து கூவும் சோகத்தின் சுருதியில் கசியும் அவலச்சுவை பண்ணாடியின் உடலெங்கும் கீறியெடுத்தது. கூவலின் இடைவெளியில் அவரது காதுகள் விரைக்கின்றன. 'தவசியைக் கொல்ல வேண்டும்..' பெருஞ்சீற்றம் அடர ஆவேசத்துடன் எழுந்ததில் கிளைகள் அசைந்து பறவைகள் சடசடத்தெழுந்தன. கால்மாட்டிலிருந்த ஞெலிகோலைக் கடைந்து சுளுந்து கொளுத்திக் கொண்டு சுற்றிலும் நோட்டம் விட்டார். தலையைச் சிலும்பிக் கொண்டோடிய ஒளிக்கீற்றுகள் பட்டு மங்கியது பௌர்ணமியின் பளிங்குவண்ணம்.

தன் வாழ்நாளில் குறி தவறிய பௌர்ணமியின் பால்கிரணங்கள் அவருக்குள் நிழலாடி உறுத்தின. தூலமான கவண்கல் திகிரியாய்ச் சுழன்று அந்தரவெளியில் சக்ராயுதமாக உருமாறும் சூட்சுமம், தன் உள்ளங்கையின் இறுக்குவிசையில் சாமர்த்தியமாகச் சுழலும் முஷ்டி வன்மையிலும், தீர்க்கமான இலக்குநோக்கிய கண்களின் தீட்சண்யத்திலும் அமிழ்ந்திருப்பதைச் சின்ன வயதிலேயே உணர்ந்து கொண்டார் பண்ணாடி. நாட்டுப்புற

வீர விளையாட்டுகளிலும் வேட்டைகளிலும் குலப்பட்டத்தின் பெருமை காத்தார். ஆகாயத்தில் பறந்து கொண்டிருக்கும் பறவைகளையும் பாய்ந்தோடும் சிறு விலங்குகளையும் கவண் வீசியடிப்பதில் ஒரு வேடனைவிடவும் சாமர்த்தியசாலி என்று போற்றி என்ன பயன்?

சந்திர ஒளியை உண்டு வாழும் சகோரப் பட்சியை உட்கொண்டால் ஆயுள் அதிகரிக்குமென ஒரு குறிசொல்லி சொன்னதின் பேரில் பௌர்ணமிதோறும் தேடியலைந்ததில் கண்களில் பட்டது அந்த அற்புதம். பால்வெளியின் மையத்தில் ரெக்கைகளை மலர்த்தி தனது நீண்ட அலகை மேல்நோக்கி உறிஞ்சும் அபூர்வத்தில் கிரணங்களின் வெள்ளியிழைகள் சிந்திச் சிதறும் பேரற்புதம். சுதாரித்துக் கொண்டு ஓசைப்படாமல் பரணில் காலூன்றி கவணைச் சுழட்டினார். 'சுரட்டையன் குறி என்றைக்கும் பெரட்டியதில்லை' என்ற சொல் மயிரிழையில் புரட்டிவிட்ட அந்தச் சிறுமையை இன்றைக்குப் பெருமையாக்க வேண்டும்.

இசைமாற்றத்தில் புரண்ட காட்சியில், அங்கவஸ்திரங்கள் கலைந்து இடுப்பு வேட்டியுடன் மரவுரிதரித்த தபஸியாய் அரங்கின் முன் நடப்பட்டிருந்த பனைமரத்தைச் சுற்றி ஆடினான் அர்ச்சுனன். யாகத்தின் போது முழங்கும் தேவதுந்துபியாய் மிருதங்க அடி மாறிவிழ, இசையாய் உருகிக் கொண்டிருந்தது அவன் உடல். வேள்வியின் சுருதிநாதம் விசை கூட்டக்கூட்ட அந்தரத்தில் எழும்பிய அடவுகள், பனைமரத்தின் கருத்த சொரசொரப்பில் கால் பாய்ச்சியது. சொருகப்பட்டிருந்த திரண்ட கழியின் நெகுநெகுப்பில் சாய்ந்து கொண்டு ஆசுவாசமாய்த் தலைதாழ்த்தினால், மக்களின் மேல்நோக்கிய கை கூப்பலில் அசைகின்றன தீ நாக்குகள். "அரஹரா சிவசிவா... அகிலாண்ட கோடி பிரம்மாண்ட நாயகா...' கால்ஜதியில் துளிர்த்தது சிவ விருத்தம்.

விருத்தக் கண்ணிகள் சுருண்டு சுருண்டு அடர்வனமெங்கும் பல்கிப்பெருகி காற்றைத் துளைக்கின்றன. பெருமாயியிடம் தனது அத்தனை திறன்களையும் கையாண்டு பார்த்துவிட்டார். எல்லையற்ற பெருஞ்சீற்றம் வெடித்து தவசியைக் கொல்ல வேண்டுமென நெருப்புக் கங்குகள் சிதறின. கோபத்தின் ஊற்றுக்கண்களை மிதித்தெழுந்த காலடியில் நிலம் அதிர்ந்தது. கிர்ரிட்டுச் சுழலும் சிரசை ஒரு நிலைப்படுத்தி யோசிக்க யோசிக்க அவருக்குள் அலையடித்தது வெளிச்சம். 'வரும் பௌர்ண

மியன்று நடக்கும் தவசியின் கூத்து..' அவரது எலும்புக்குருத்தின் ஊண்வரை சுருண்டு கொண்டது மகத்தான திட்டம். 'ஹ்ஹா.. ஒழிந்தாயடா ஒழிந்தாய்... கழுகு வராது..' நெருப்புக் குண்டமாய் வெடித்த சொற்களில் பொசுங்குகிறது காலம்.

பழியெடுக்க வேணும் பங்காளிமாரையே

பாசுபதாஸ்திரம் வேணுமய்யா....

வரங்கொடுக்க வேணும் தருமங்கெலிக்கவே

வச்சிராயுதம் வேணுமய்யா....

பாட்டின் ரத்த நாளங்களில் சுழன்றாடிக் கொண்டிருந்த கழைக்கூத்தனின் தேகமாத்யந்தமும் படார் படாரென அறைந்து நொறுக்குகிறது மத்தளம். கருட பகவான் பிரசன்னமானதும் பாசுபதாஸ்திரத்துக்குப் பதிலாய் தாங்கள் இருவரும் ஒன்று சேர்ந்துவாழ வரம் அருளுமாறு கேட்க வேண்டுமென தவசியின் கண்கள் பனித்தன. 'இவ்வாறெல்லாம் எண்ணுதல் சரியா? விரதம் நிறையழிந்து போகுமோ..?' அந்தரவெளியில் அசைந்த விசனத்தில் பெருமாயியின் சிரிப்பு மிதந்து வந்தது. நிலத்திலிருந்து எழும்பிய இசைமொழி வழிபாட்டின் புனிதத்துவத்தை வெற்று வெளியில் எழுதிச் சென்றது. மயங்கிய ஜதியின் சுருதி மீட்டலில் ஆடிக்கொண்டிருந்தது கலையின் அற்புதம்.

கரிய இரவு கவிந்திருந்த தாவரங்களின்மீது விடிகாலை வெளிச்சம் மெல்லப் புரண்டுகொண்டிருக்கிறது. இருப்புக் கொள்ளாமல் அலைந்த பண்ணாடியின் சிவந்த கண்கள் நாலாபுறமும் சுழன்றேக, உள்ளங்கையில் வெறியுடன் பதுங்கியிருந்தது கவண். பாட்டின் கண்ணிகள் மங்கிய காற்றில் மிதந்துகொண்டிருந்தன. தீக்கணப்பின் மேல் நின்றாற்போல தகித்துக்கொண்டிருந்த பண்ணாடியின் திரேகம் முழுவதும் காலத்துளிகள் எரிந்து விழுந்தன. ஆகாய மார்க்கமாய் விரையும் அவலக்குரலின் இரைஞ்சுதலுக்குச் செவிமடுக்கும் கருடன் எங்கே? பாம்புச் செவியின் கூர்மையான விரைத்தலில் சுழல்கிறது அந்த வினோத ஒலி. பண்ணாடியின் திரேகமெங்கும் பரபரக்க திக்குகளெங்கும் சுழட்டியதில், இறைஞ்சி நிற்கும் வெண்கலக் குரலின் ஓங்காரத்திற்கு எதிர்ச் சுருதி கூட்டும் கிரீச்சொலி. தனக்குள் அரவம் பாய்ந்து பாய்ந்து பிடுங்க, முஷ்டிகள் புடைத்திறுக, ஆகாயத்தின் கிழ திசையில் எழுந்த பட்சியைப் பார்த்தார் பண்ணாடி.

வன்மமேோடிய முஷ்டியின் சுழற்சியில் உள்ளங்கை இறுகு கிறது. பௌர்ணமிச் சந்திரன் மறைந்து போயிருந்த அந்தர வெளியில் ரெக்கையசைத்த அதன் ஆலாபனைக் குரலில் கால்ப் பெருவிரலையூன்றி, பார்வையின் சூட்சும விசையில் ஒரே இறுக்கு. ரெக்கைகளைப் படபடத்துக் கொண்டு அந்தரத்தில் சுழன்று சுழன்றுவீழ, பிய்ந்தோடிய இறகுத்தூவிகள் சுழித்துக் கொண்டிருந்த அற்புதக்காட்சி. ஹ்ஹா... களங்கப்பட்ட குறியின் பூரணத்தில் வலங்கையாரமாய் அசைந்த கங்கணக்காப்பு நகைத்தது, மீசையைத் தடவிக்கொண்டே.

சாளரத்தின் வழியே கசியும் இசைக்கிரணங்களினூடே சாதகப் புள்ளாய்க் கிடந்தாள் பெருமாயி. திடீரென்று மரணத்தின் வாசனை குறுகலான சுவர்களை இறுக்குகிறது. பல்கிப்பெருகிய காற்றைத் துளைத்து சாளரத்தின் வழி சருகுகளை அள்ளி வீசுகிறது. அந்தர வெளியெங்கும் அமுங்குகிற சடசடப்பின் எல்லையற்ற நிழலாக ரெக்கைகளைப் பரப்பிக்கொண்டு முன்றிலில் வந்து வீழ்கிறது கழுகு. அந்தக் கணத்தில் அவளுக்கு எல்லாமே புரிந்துபோயிற்று. துள்ளியெழுந்த விசையின் அடிப்புறமற்ற அதிகாலைப் பொழுது அவளது காலுக்குக் கீழே உருள பூட்டப்பட்ட கதவின் கணையத்தில் மோதிச் சுழலும் அவளது தலை. கண்களைக் கப்பும் மண் சுதையின் அரண். பூமியைக் குடைந்துகொண்டு போகிறவளாய் வெறிகொண்ட கைகளில் நகக்கண்கள் பிய்ந்து செம்மண்ணோடிய பிசுக்குகளில் சாய்ந்தாள். மங்கிய கண்களில் சாளர வெளியில் கிடக்கிறது அவள் வாழ்வு.

எந்நேரம் வரை உடுக்கையின் ஒற்றைப் பேரொலி நீடித்தது என்பதைவிடவும், சட்டென அவள் ஒரு முடிவுக்கு வந்தாள் என்பதே முக்கியம். அந்த முடிவு அவளுக்குள் உருண்டோடிய கணங்களில் பறவையினத்துக்கேயுரிய நடுக்கம் அவளது அசைவு களில் விம்மியெழுந்தது. பறவையின் குணாம்சமாக பக்கவாட்டில் அசையும் பார்வையில் அவள் பெண்ணாக இல்லை, கைகளைப் பரப்பிக் கொண்டு மண்டியிட்டெழுந்து சாளரத்தின் முகமாய் உட்கார்ந்த பறவையாயிருந்தாள். அவளது பிரார்த்தனையின் ஓயாத உச்சரிப்பில் கரைந்து கரைந்து அவள் உடல் சரிந்து விழவும், முன்றிலில் வீழ்ந்திருந்த பறவையின் ரெக்கைகள் படபடத்து எம்பவுமான அற்புத ஜாலாதீதம் நடந்தேகியது.

தூரத்தே அசைந்த இசைத்துதியின் திக்கில் சிறகு விரித்த பறவையின் சிவந்த கண்களை நோக்கிக் கடுகி வந்தது ஒற்றைப்

பனைமரம். கருட தரிசனத்தில் அரங்க வெளியெங்கும் ஆனந்தக் களியும், உடுக்கையின் ருத்திரமும், தவசியின் கால் ஜதிக்கேற்ப பிரதிட்சணமாய் அசைந்து அசைந்து ஆகாயவெளியில் மறை கிறது கழுகு.

4

பெருக்காத்தியின் எதிரில் உட்கார்ந்திருந்தவன் மெல்ல மெல்ல உணர்ந்தான்: தனது கன்னத்தின் ஓயாத வலி மறைந்தே போவதையும், நீர்க்கோடுகளின் ஊற்று தூர்ந்துபோய் செதில் களாக உருப்பெறுவதையும். குறிக்கட்டங்களில் அவனையே புதிர்க்கல்லாக மாற்றிச் சுழற்றும் குறிசொல்லியின் தீர்க்கத்தில், கட்டங்களுக்கு வெளியேதானிருக்கிறது புதிரென்ற கிழவியின் வார்த்தைகள் ஒத்தடம் தருகின்றன. அவனது அகண்ட களைப் பின் நா வறட்சியில் தண்ணீர் மொள்ளும் பெருக்காத்தி, அவன் ஒரே மடக்காய்க் குடித்த தாகப்பெருமூச்சின் பூரணத்துவத்தில் மலர்ச்சி பெறுகிறாள். முடிந்த முடிவாய் தன் கன்னத்தை நிமிண்டும் புதிரார்ந்த உற்சாகத்தை ஆதுரமாய்ப் பற்றி எழுந் தான் அவன். வெளிர்ப் பச்சையாய் விரிந்திருந்த கானக மணத்தில் பதியப்பதிய நடந்த அவன் காலடித் தடத்தின் அழுந் தலில் ஒரு சுகம் பரவுகிறது. காலடியில் சப்திக்கும் காற்றில், அலைதழுவிச் செல்லும் மரக்கிளைகளின் அசைவில், பசும் வரப்புகளோரம் ஒதுங்கி அசையாடிக் கொண்டிருந்தது ஒரு ஒற்றைப் பழுப்புச்சிறகு. ஒருகண அற்புதத்தில் அதை எடுத்துக் கன்னத்தில் நீவிக்கொண்டே நடந்தான்....

(ஜனவரி - ஜுன் - 1996. நன்றி: உன்னதம்)

வெற்றுவெளி

எனினும், வேகம் இன்னும் போதாதென விசை யேறும் சின்னஞ்சிறு கால்களின் ஓட்டத்தில் 'திரும்பிப்பார், திரும்பிப்பாரென' முதுகில் துரத்தும் அசரீரியின் குரல் உடலெங்கும் வசீகரமாய் இழைந்து நெருங்கிக் கொண்டே இருக்க, பல்கிப் பெருகும் நீட்சி வளைந்து நெளிந்து கலீரென்ற சிரிப்பொலியாய் கண் களுக்குள் தோன்றி மறையும் காட்சிகளின் அலையடிப்பில், 'திரும்பிப் பார்த்தவர்கள் கல்லாகி விடுவார்களென' எச்சரிக்கும் ஆடு மேய்க்கும் சகாக்களின் பீதியுறைந்த கண்களும் ஒரு நூறு வருஷத்து ஓட்டத்தின் புழுதியும் வெடித்தெழும்ப, அந்த சுரங்கத்திற்கு மட்டும் போகக்கூடாதென்ற பாட்டியின் கதைகளை அலட்சியப்படுத்தி அங்கு வந்து மாட்டிக் கொண்ட குமைச்சலினூடே, உள்ளே போகப் போக இருள் பளிச்சென விலகி இருமருங்கும் அடர்ந்திருந்த தாவரங்களின் சுழன்றடிக்கும் பாய்ச்சலில், காலடியில் சருகுகள் சப்திக்க பெருநிலமாய் அழைத்தேகும் கானகத்தின் பச்சை இருட்டில் அச்சம் அகலும் பிரமிப்புடன்

தாவி மரங்களின் இடைவெளிகளில் புகுந்து மேலும் மேலும் தொடர்கிற ஓட்டத்தில், அந்த ஆரண்யம் முழுதும் எதிரொலிக்கும் பறவைகளின் பதற்றமுறும் ரெக்கையடிப்பில் கிறங்கி நடக்கும் கால்களுக்குப் பின்னே சுருதி கூட்டும் குரலின் அமானுஷ்யம் சடுதியில் அவனுக்குப் பிரக்ஞையூட்டவே, மண்டையெங்கும் அச்சத்தின் கொடுக்குகள் கொட்டும் வலியினூடும் சுழித்தோடும் விருட்ச வெளிகளில் பாயும் கால்களின் அழுத்தத்தினூடும் சகாக்களின் இறைஞ்சுதல் குறுக்கு வெட்டாய் நிழலாட, அதன் தொடர்ச்சியாய், அந்தரத்தில் மிதந்தபடி மேய்ச்சல் நிலத்திற்கு மப்பால் போய்விழும் கிட்டிப் புள்ளின் சுழற்சியும், சூழ்ந்து நிற்கும் பையன்களின் ஆரவாரமும், ஒவ்வொரு அடிக்கும் சாத்தியமானதற்கு அப்பால் போய் விழுந்து, மூன்றாவது அடியில் சுழன்று சுழன்று அவனை அழைத்துப் போய் சுரங்க வாயிலில் கொண்டு நிறுத்திய கிட்டிப் புள்ளைத் தேடி இறங்கியவனை, சக தோழர்கள் பயமுறுத்தியும் கேட்காமல், தூரத்தே பம்மிக்கொண்டு நிற்கும் அவனது ஆடுகளைப் பத்திக்கொண்டு வர மாட்டோமென எச்சரித்தும்கூட ஒரே பாய்ச்சலாகச் சுரங்கத்தினுள் தாவி நடந்த கால்களில், கண்மாய்க் கரையின் இருண்ட பிலத்துவாரமாய் நீளும் மதகுக் குழாய்களுக்குள் ஒளிந்து விளையாடும்போது எதிர்கொண்ட சவாலும் அந்த நிலவறை குறித்த கதைகளின் வினோத ஓட்டங்களும் மண்டையில் சரேலெனப் பாயும் இனம் புரியாத நெடியும் குறுகுறுக்க, திடுமெனக் கவிந்த நகைப் பொலி பட்டு அந்த இருட்புலம் வெளிச்சம் பெறவும் இருள் அகலத் தோன்றும் கானக வெளியின் தலையசைப்பில் பிரமித்து நிற்கவுமான நிகழ்வில், மெதுவே ஒரு லயத்துடன் ஒலித்த குரலின் வசியம் அவன் மேலெங்கும் கெழுமிய தீண்டலில், தனது அய்யாவோடு ராக்காவலுக்கு ஆட்டுப்பட்டியில் படுத் திருக்கும்போது அச்சமூட்டும் ஓநாய்களின் ஊளைகளை மிகச் சாதாரணமாக எதிர்கொண்ட மனோதிடம் சடுதியில் கரைந்து சட்டென ஓடச் செய்ததுமல்லாமல், ஊரில் வழங்கிய கதைகளை மண்டையெங்கும் உருட்டிய நினைவீடுகளை மிதித்துக் கொண்டே ஓடுகிற பாய்ச்சலினூடே தொடரும் நூற்றாண்டு வார்த்தைகளில், தங்கப் புதையலைத் தேடி அந்தப் பேய்க் குகைக்குள் போனவர்களில் ஊமைத் தாத்தாவைத் தவிர வேறு எவருமே வெளியே வந்ததில்லையென்றும், அதன்பின் அவரது கண்களின் மஞ்சள் வெறி அணைந்து விட்டதாகவும், சாந்தம் கமழும் கண்களுடன் எல்லையற்ற அற்புதத்தில் நிஷ்டையடைந்தவர்போல, இரவு பகலற்ற இன்மையில் வாழ்

பவர்போல, தங்கம்கொண்டு வரவில்லையானாலும் அதை விடவும் பன்மடங்கான பொருளைக் கொணர்ந்தவர்போல லயித்துக் கிடந்தாலும், ஊர்க்காரர்கள் அவரைப் பேயடித்து விட்டதென்றும் பைத்தியமென்றும் பேசியதற்கேற்பவே, அவர் தனது நிலத்தைச் சதா கொத்திவிட்டுக் கொண்டும், வெறுமையாய் மல்லாந்து கிடக்கும் நிலப்பரப்பின் மண்திட்டுகளைச் சமன் படுத்திக் கொண்டும் வெற்றுவெளியின் விரிந்த சூன்யத்தில் பிணைந்து போயுமிருந்தாரேயொழிய ஒரு நாளும் பயிர் செய்ததில்லையென்ற புதிரின் வெறுமையில் அசையும் காட்சிப்புலம், முகத்தில் மோதிச் சரியும் பசுங்கிளைகளின் பாய்ச்சலில் கலைய, குறுக்குவாக்கில் சுழித்தோடினால் துரத்தும் குரலிடமிருந்து தப்பித்து விடலாமென்ற பரபரக்கும் ஆவேச வீச்சில், எதிர்ச்சாரியிலோடும் இலையசைவுகளின் சலசலப்பில் சருகுகள் சப்தித்துக் காட்ட காலடியில் பச்சை இருட்டு விலகி விலகி புழுதிப் படலத்தின் குறுகுறுப்பில் பதிந்த சந்தோஷம், எதிரே பிரம்மாண்டமாய் விரிந்திருந்த கல் மண்டபத்தின் அந்தகாரம் கண் சிமிட்டியதில் மேலும் உத்வேகம் பெற்று தூவானமாய்ச் சிதறும் வெளிச்சக் கீற்றுகளில் பாய்ந்த வேகத்தில், முகத்திலும் தலையிலும் உடலெங்கும் மோதிய கீச்சொலியின் பீதியுடன் ஓராயிரம் நிழல்கள் மண்டபம் முழுதும் பறந்து தவ்விய அதிர்ச்சியால் உருண்டு தடுமாறி ஹோவென அரற்றி நாற்புறமும் நடுங்கும் அவன் முகத்தில் நிழற்கோடுகளைக் கிழித்த வௌவால்களையும் உடலெங்கும் அறைந்து தள்ளும் எதிரோசைகளையும் உணர்ந்து சற்றே இளைப்பாறலுடன் அந்த மண்டபம் முழுதும் சுற்றிச் சுழன்ற பார்வையில், பாழ்வெளியாய்ச் சூழலும் அந்தகாரப் பரப்பினூடே மேல் விதானத்திலிருந்து கசியும் வெளிச்சக் கீற்றுகளில் கருத்த வௌவால்கள் குறுக்கும் நெடுக்குமாய்ப் பறக்கும்போதெல்லாம் ரெக்கைகளில் ஒளி வீச்சுப் பட்டுத் தெறிக்கும் அபூர்வம் நெடிதுயர்ந்த திரண்ட தூண்களின் கருத்த நெகுநெகுப்பில் பட்டு வர்ண ஜாலம் மினுக்கிட்டு அந்தப் பாழ்வெளி மண்டபம் முழுதும் ஒளிப்புழுதி மண்டும் சூட்சுமத்தில் கிறங்கிப் போய் நின்றிருந்தவனின் காதுகளில் ரீங்கரித்த குரலும், பின்புறத்தில் காலடிகளின் கனத்த ஓசையும் சுதாரித்தெழ, கெண்டை மடிப்புகள் தோறும் விம்மும் வலி யுடன் தடுமாறி ஓட்டத்தின் விசையை மட்டுப்படுத்தி, கல் தூண்களின் இருட்டு வெளியில் மோதிச் சிதைவுறா வண்ணம் கண்சிமிட்டி ஓடும் ஒளிக்கற்றைகளில் நடந்து நடந்தேகி இரு மருங்கிலும் பார்வையைத் துழாவியதில், விதானத்திலிருந்து

முப்பட்டகமாய் சரேலித்திறங்கும் வெளிச்சக் கற்றைகளில் முப்புறமான வழிகளாய் உணரமுடிந்த அந்த வினோதமான பாதையமைப்பின் திரிகோண வழிகளைக் கண்டுபிடித்து, இடப்புறப் படிக்கட்டுகளில் தாவுவதா அல்லது வலப்புறமா முன்னோக்கியாவென நகர்ந்தபோது அசைந்த வெளிச்சப் பட்டைகளில் மூன்று நிழல்களாய் அவன் அசைய, சிதறும் ஒளி மாலைகளினூடே தாவி ஏறிச் சுழன்று இறங்கி நீளும் திருகுவழிச் சுழலில் மூன்று விதமான பாதைகள் பின்னிப் பின்னி நீளும் தோற்றமாய் அவனது இயக்கம் விரிய, மேலெங்கும் கிட்டிக்கும் கூதலின் சூறைக்காற்றில் நடுங்கிச் செல்லும் கால்கள், மற்றொன்றில் அனலாய்க் காந்தும் உஷ்ணத்தில் பதிந்து பொசுங் கவும், பிறிதொன்றில் இரவு பகலற்ற இன்மையின் தாபத்தில் ஆழ்ந்துபோன வெற்றிடமாகவும் நீளும் சூலத்தில், ஓடிக்களைத்த பாதைகளிலேயே சுற்றிக் கொண்டிருக்கும் மாயச் சுழற்சியில் தப்பிப்பதற்கு வழியேயில்லையென்ற திகைப்பின் பின்னாலிருந்து ‘திரும்பிப் பாரென’ அசரீரி எதிரொலிக்க, வேறொரு பரி மாணத்தில், அசரீரி அவனாகவும் அவன் அசரீரியாகவும் ஓடும் எதிர்ச் சுழற்சியில் மகத்தான சவாலுடன் ‘திரும்பிப்பாரென’ அசரீரியை அழைக்கும் அவனது வல்லமையின் உற்சாகமும், மற்றொரு தோற்றத்தில், திசைகள் அடைபட்ட வெளியில் காலெட்டிப் போடப்போட இதுவரை அனுபவித்தறியாத ஒரு பேரானந்தம் அவனுக்குள் தோன்றவுமான திரிநிலைகளில் கடைந்து கடைந்து காலத்தோடும் காலாதீதத்தோடும் விளையாடிக் கொண்டிருக்கும் புதிர்வழிச்சுழல், பாட்டி அவனுக்குச் சொன்ன மயில் ராவணங்கோட்டையின் சுற்று வழிகளாய்ச் சுழல, கதை கேட்கும் ஆசுவாசத்தில் ஓட்டத்தின் தொடர்ச்சியறுந்துபோய் மக்கிய மண்ணின் ஈரப்பதம் மேலெங்கும் பரவி அடித்துக் கொண்டே போகும் விச்ராந்தியான நிலையில் ஆழ்ந்து மெதுவாய் நகர, பனையோலை நறுக்குகளில் காற்றாடி செய்து அதன் இலைகளுக்கு வர்ணம் தீட்டி எதிர்க்காற்றில் ஓடி விளையாடும்போது சுழலும் வீச்சில் வர்ணங்கள் மங்கி பளிச்சென்ற வெண்மையின் சுழற்சியில் தெறிக்கும் வர்ண பேதங்களற்ற காற்றாடியின் குவியம் அவனைச் சுழற்றியடித்ததில் எண்ண ஓட்டங்கள் மிதித்தழிந்து வெறுமை சூழ்ந்து ஊமைத் தாத்தாவின் சஞ்சலமற்ற நிலப்பரப்பின் வெற்றிடம் மனமெங்கும் வியாபிக்க, கற்பிதம் கொண்டவைகளிலிருந்து மற்றும் அறிந்த எல்லாவற்றிலிருந்தும் விலகிய கணங்களில் நடக்க நடக்க, காலம் அவன் காலடியில் உறைந்து நிற்கும் அபூர்வ நிகழ்வில்,

உடலெங்கும் நிகழ்த்திய காலாதீதத்தின் சிலிர்ப்பில், பல மணி நேரமாக நடந்து கொண்டிருக்கும் அவனது நகர்வு ஓரிரு கணங்களாகச் சுருங்கும் அற்புதப் பயணமாக மாற, வானம் அங்கிருப்பதால் பூமியும் நதி நீர்நிலைகளும் தாவரங்களின் காற்றசைவும் சூர்யனின் பொற்கிரணங்களும் பறவைகளின் ரெக்கையடிப்பும் குழந்தைகளின் சிரிப்பொலியுமிருப்பினும், நேற்றும் நாளையுமற்ற சஞ்சாரத்தில், எல்லா வர்ணங்களும் வடிவங்களும் இயக்கங்களும் பிரபஞ்சப் பிரக்ஞை கொள்ள, காலத்தை உறைய வைக்கின்ற நித்யகணத்தின் போதத்தில், காலெட்டிப் போடும் ஒவ்வொரு எட்டிலும் புலனாகும் பாதையின் ஆகர்ஷணம், வெற்றுக் குமிழிகளின் கண்ணாடிப் பரப்பில் பட்டு, அவனது கரங்களின் அசைவு நிழற்றுகிற எதிர்த் தோற்றத்தில் புதிரின் கரங்களாய் அலைவுபட, வெறுமையான வளையமொன்றைக் கிழித்தபடி, நடந்தேகும் குதிகாலின் பதிவு களில் நிலம் உருகி வழிய, நடக்க ஆரம்பித்தான் அவன்.

(ஏப்ரல் - 1998. நன்றி: உன்னதம்)